Giúp bạn chiến thắng bệnh ung thư

Sức Mạnh Kỳ Diệu Của
Fucoidan

Bác sĩ.
Daisuke
Tachikawa

- Thúc đẩy các tế bào ung thư tự chết theo chương trình (Apoptosis)
- Tăng cường miễn dịch
- Ngăn chặn quá trình hình thành mạch máu mới (Angiogenesis)
- Giảm tác dụng phụ của hóa trị và xạ trị

Quà tặng từ đại dương: Fucoidan – Điều bí ẩn đằng sau sự hồi phục kỳ diệu của bệnh nhân ung thư!

Fucoidan nhận được rất nhiều lời khen ngợi từ phương tiện truyền thông đại chúng và cộng đồng y tế trên toàn thế giới. Là một hợp chất siêu nhờn tìm thấy trong Mozuku (nemacystus decipients) và lá bào tử tảo nâu nước lạnh Mekabu (undaria pinnatifida) vùng Okinawa, Fucoidan tiêu diệt tế bào ung thư bằng cách kích thích quá trình tự diệt Apoptosis. Ai trong chúng ta có thể tin rằng, một "chất chống ung thư" mạnh mẽ lại có thể được tìm thấy ở đại dương? Chất siêu nhờn Fucoidan sẽ đánh thức khả năng tự làm lành vết thương tự nhiên của cơ thể - hay nói cách khác chính là hệ miễn dịch – mà từ trước đến nay chưa từng xảy ra. Chúng ta sẽ tiếp tục tìm hiểu thêm về khả năng tự chữa trị ung thư một cách kỳ diệu của Fucoidan mà các chuyên gia nghiên cứu ung thư đã ghi nhận.

Daisuke Tachikawa

Bác sĩ Y khoa kiêm Viện phó Bệnh
viện Memorial Matsuzaki

Splendid Sea Power of Fucoidan

Quà tặng từ đại dương:
Fucoidan - Vị cứu tinh tiên phong trong việc điều
trị ung thư

Giải phẫu, hóa trị và xạ trị là những phương pháp chính trong lộ trình điều trị ung thư ngày nay. Hóa trị là phương pháp được dùng nhiều nhất trong ba phương pháp trên, nhưng hóa trị luôn đi kèm các tác dụng phụ thường xuyên làm cơ thể bệnh nhân suy nhược trầm trọng do dùng thuốc điều trị ung thư. Thuốc điều trị ung thư không những giết chết các tế bào ung thư mà còn làm tổn thương các tế bào bình thường. Hiệu ứng xấu nhất của thuốc điều trị ung thư là ức chế hoạt động của tủy xương mà kết quả sẽ làm suy giảm hệ miễn dịch.

Do vậy, vấn đề đặt ra cho các bác sĩ điều trị bệnh ung thư là làm thế nào để giảm tác dụng phụ của quá trình hóa trị liệu. Trong nhiều năm qua, có rất nhiều loại thuốc chống ung thư được kết hợp với nhau và một số loại thuốc đặc biệt được nghiên cứu phát triển nhằm giảm các hiệu ứng bất lợi. Tuy nhiên, các nỗ lực này không loại bỏ được hoàn toàn hiệu ứng phụ.

Là một trong những chuyên viên y khoa nghiên cứu phương pháp điều trị ung thư, tôi đã chữa trị cho rất nhiều bệnh nhân ung thư.

Thời gian trước, tôi có gặp gỡ một số bệnh nhân không có biểu hiện suy giảm khả năng miễn dịch dù đang trải qua giai đoạn hóa trị liệu. Tuy Sức đề kháng của mỗi người khác nhau, nhưng tôi vẫn không thể giải thích được tại sao sức đề kháng vốn có trong hệ miễn dịch lại có thể tăng khả năng kháng thuốc điều trị ung thư? Khi nghiên cứu về vấn đề này, tôi đã phát hiện ra rằng, các bệnh nhân ấy còn sử dụng thêm thực phẩm bổ dưỡng. Phát hiện này đã khiến tôi quyết định nghiên cứu sâu thêm về thực phẩm bổ dưỡng và cuối cùng tôi đã tìm ra Fucoidan.

Khuynh hướng chủ đạo trong điều trị ung thư là tấn công trực tiếp vào tế bào ung thư, phương pháp này có tên là TDT (Tumor Dormancy Therapy - tạm dịch là phương pháp trị liệu tạm ức chế hoạt động khối u). TDT là phương pháp điều trị ngăn chặn sự phát triển của tế bào ung thư hay giảm và loại trừ chính các tế bào đó đồng thời giảm tối đa hiệu ứng xấu tác động lên cơ thể người bệnh. Đặc tính chính của TDT là giúp cho bệnh nhân duy trì tốt chất lượng đời sống (QOL) và còn có thể lựa chọn điều trị ngoại trú hoặc trị liệu bằng thuốc. Trong trường hợp này, Fucoidan là một lựa chọn phù hợp nhất cho TDT.

Apoptosis có nghĩa là "thúc đẩy tế bào tự chết theo chương trình có sẵn trong gen." Đa số tế bào của con người được tái tạo nhiều lần qua quá trình Apoptosis.

Tuy nhiên, tế bào ung thư không tự diệt. Thay vào đó, chúng tiếp tục sinh sôi, nảy nở. Fucoidan dẫn dắt các tế bào ung thư phải đi theo con đường Apoptosis (tự chết). Đồng thời, Fucoidan còn giảm lượng máu cung cấp cho các khối u và các vùng xung quanh, làm như vậy Fucoidan đã "bỏ đói" các khối u cho đến khi chúng tự tiêu biến.

Fucoidan còn có khả năng tăng cường hệ miễn dịch hay còn là cơ chế tự nhiên của cơ thể khi phát hiện và tấn công các tế bào ung thư và tế bị bị nhiễm virus. Cho nên Fucoidan đóng vai trò quan trọng hàng đầu trong quá trình điều trị ung thư.

Hoa Kỳ là một trong những quốc gia hàng đầu về y học hiện đại và công nghệ chế biến các sản phẩm bổ dưỡng cho sức khỏe. Khảo sát cho thấy, trong mười năm gần đây, các bệnh nhân ung thư chi 13.7 tỷ đô la cho các phương pháp trị liệu khác ngoài việc sử dụng thuốc vượt hơn 12.8 tỷ đô la chi trả cho việc điều trị tại bệnh viện. Hơn thế nữa, theo một nghiên cứu do Trung Tâm Nghiên cứu Ung thư Fred Hutchinson thuộc đại học Washington tiến hành thì ít nhất 80% bệnh nhân ung thư thừa nhận là có sử dụng một số loại thuốc thay thế. Thuốc thay thế là thuật ngữ chung dùng để chỉ phương pháp điều trị bổ sung thêm cho thuốc Tây y truyền thống. Thuốc thay thế chính bao gồm thực phẩm bổ dưỡng, thực phẩm bổ sung dinh dưỡng, và thực phẩm chức năng.

Bỏ ngoài tai những quan điểm cực kỳ tiêu cực của các bác sĩ đối với thuốc thay thế, rất nhiều bệnh nhân ung thư ở Nhật Bản hiện đang sử dụng thực phẩm bổ dưỡng và thực phẩm bổ sung dinh dưỡng. Có lẽ, đã đến lúc bác sĩ cũng nên tìm hiểu về lợi ích của thực phẩm bổ dưỡng, thực phẩm bổ sung dinh dưỡng và nên khuyến khích bệnh nhân của họ sử dụng một cách khoa học bên cạnh việc điều trị ung thư bằng giải phẫu, hóa trị liệu và xạ trị.

Sức Mạnh Kỳ Diệu Chữa Lành Ung Thư Của Fucoidan

Fucoidan - Chất Siêu Nhờn Chiết Xuất từ Tảo Biển

Fucoidan là gì? Chắc chắn đây là câu hỏi của rất nhiều người···

Fucoidan là phát hiện gần đây, thu hút được sự chú ý của cộng đồng y tế. Có lẽ không ít người đã biết được công dụng của nấm Agaricus (tên khoa học Agaricus Blazei Murilla) có thể giúp điều trị bệnh ung thư. Tương tự như Agaricus, Fucoidan có tác dụng tăng cường khả năng miễn dịch cho cơ thể và rất hiệu quả trong quá trình kích thích các tế bào ung thư tự diệt (Apoptosis).

Fucoidan được tìm thấy trong tảo biển (tảo nâu) như mozuku (nemacystus decipents), mekabu (phần thân nếp gấp của wakame, hay undaria pinnatifida, gần gốc) và kombu (laminaria japonica). Hợp chất "nhờn" của rong biển là nguồn nguyên liệu dồi dào của Fucoidan, một thuật ngữ chung dùng để chỉ một tổ hợp các chuỗi phân tử đường saccharide (polysaccharide) có chứa sulfate fucose.

Rất nhiều nghiên cứu và thí nghiệm đã phát hiện ra rằng Fucoidan có các chức năng, sẽ được trình bày chi tiết trong sách này như sau:

(1) Giảm hàm lượng cholesterol
(2) Chống đông máu (thrombosis)
(3) Hạ huyết áp (huyết áp cao)
(4) Ngăn chặn hoạt động lây lan của vi khuẩn gây đau đớn thượng vị
(5) Giảm lượng đường trong máu
(6) Giảm dị ứng như bệnh sốt mùa hè
(7) Cải thiện các điều kiện bất lợi trong đường ruột
(8) Cân bằng hệ miễn dịch
(9) Tăng cường chức năng gan
(10) Điều tiết sự lưu thông đường ruột
(11) Chống thiếu máu
(12) Ngăn ngừa quá trình lão hóa

Tuy nhiên, những đặc tính chữa bệnh vừa nêu của Fucoidan không đủ để có được lòng tin của mọi người như ngày nay. Điều tạo nên sự bùng nổ của Fucoidan chính là hàng loạt các báo cáo lâm sàng dựa trên rất nhiều nghiên cứu đã chứng minh rằng dược thảo Fucoidan rất có hiệu quả trong điều trị ung thư, căn bệnh nan y là nguyên nhân số 1 gây tử vong ở Nhật Bản.

Chức năng giúp điều trị bệnh ung thư của Fucoidan hoạt động như sau: kích hoạt hệ miễn dịch, chống hình thành khối u, chống ô xi hóa, giúp ngăn ngừa sự tấn công của ô xi hoạt tính và ức chế sự hình thành mạch máu mới, nhờ vậy cắt bỏ nguồn cung cấp chất dinh dưỡng nuôi sống bào tử ung thư; kích thích quá trình tự chết apoptosis của tế bào ung thư. Người ta tin rằng Fucoidan có tất cả các tác dụng này và chúng kết hợp với nhau để tiêu diệt tế bào ung thư - đó chính là sức mạnh kỳ diệu của fucoidan.

Apoptosis là thuật ngữ được sử dụng nhiều trong sinh học phân tử nghĩa là "quá trình tự hủy diệt của tế bào theo chương trình có sẵn trong gen."

Mọi người đều biết là khi nòng nọc đã trưởng thành, sẽ tự đứt đuôi để biến dạng thành ếch. Quá trình này không phải do các tế bào tự biến đổi mà do các tế bào thừa tự hủy diệt theo một quy trình đã định sẵn. Đây là quá trình "Apoptosis", tương tự như quá trình nòng nọc tự đứt đuôi. Apoptosis là một chương trình gen, cần thiết cho mọi sinh vật sống để có thể tồn tại.

Cơ thể con người có khoảng 60 ngàn tỷ tế bào và mỗi tế bào đều có quy định tuổi thọ tối đa. Các tế bào này được lập trình để tự tái tạo sau khoảng thời gian hoạt động nhất định, và quá trình tái tạo tế bào hay còn gọi là "quá trình trao đổi chất," chính là quá trình duy trì sự sống cho chúng ta.

Tuy nhiên, tế bào ung thư không bao giờ chết mà còn liên tục sinh sôi nảy nở trong cơ thể.

Chúng sẽ xâm nhập vào tế bào bình thường để hút hết chất dinh dưỡng, rồi xâm nhập sang tế bào lân cận, tự tách khỏi bề mặt của các cơ quan bị lây nhiễm để mở rộng các ổ viêm nhiễm trong cơ thể, hoặc được bạch huyết bào hay hồng cầu vận chuyển đến các bộ phận khác nhau của cơ thể để bắt đầu sinh sôi. Tế bào ung thư được định nghĩa là loại tế bào không bao giờ bị ảnh hưởng bởi hiện tượng tự chết (Apoptosis). Vì lí do đó, phương pháp chính để chữa trị là phải cắt bỏ trực tiếp phần bị thương tổn ung thư (giải phẫu), hoặc tấn công trực tiếp vào tế bào ung thư bằng thuốc điều trị ung thư (chemotherapy), hay phá hủy cấu trúc bào tử bằng bức xạ [xạ trị (radiotherapy)]

Những phương pháp trị liệu trên, chỉ có thể ngăn chặn ung thư ở một mức độ nhất định, nhưng ở một số trường hợp đặc biệt thì lại không hiệu quả. Bởi vì, hậu quả của giải phẫu và tác dụng phụ của hóa trị và xạ trị đã làm chất lượng cuộc sống (Quality Of Life) bệnh nhân ung thư suy giảm nghiêm trọng, cho nên thuốc thay thế hiện giờ đã được chú ý đến.

Thuốc thay thế, nói chung vẫn là các phương pháp điều trị y học chưa được chứng minh về mặt khoa học trong phạm vi sử dụng thuốc Tây y truyền thống hay là các phương pháp điều trị không được áp dụng ở các cơ sở y tế. Thuốc thay thế gồm có: thuốc y học dân tộc, thuốc dân gian trên khắp thế giới cũng như liệu pháp khác không có sự bảo đảm. Điều đặc biệt là thuốc cổ truyền Ấn Độ , thuốc bắc, miễn dịch trị liệu thuốc nam, thực phẩm bổ dưỡng/chữa bệnh chất, thảo mộc, trị liệu bằng tinh dầu, trị liệu bằng vitamin, trị liệu bằng ăn kiêng, tâm sinh lý trị liệu cũng được coi là các loại thuốc thay thế. Mục đích chủ yếu của trị liệu bằng thuốc thay thế là ý chí của người bệnh muốn tự khắc phục tình trạng bệnh tật của mình.

Thực phẩm chức năng như nấm Agaricus, Meshimaki (Pellinus linteus) và các loại nấm khác được xem như là những loại có thể giúp điều trị ung thư bằng cách kích thích hệ miễn dịch trong cơ thể - đó chính là sức mạnh tự chữa lành - và cũng là được xếp trong nhóm trị liệu bằng thuốc thay thế.

Sách này, sẽ tiếp tục giải thích rõ hơn về tác dụng giúp chữa trị bệnh ung thư của Fucoidan. Nói một cách đơn giản thì Fucoidan không những tăng cường khả năng tự làm lành vết thương tự nhiên của bệnh nhân, mà còn thúc đẩy các tế bào ung thư tự chết theo chương trình (Apoptosis). Đây thực sự là chức năng đáng chú ý của fucoidan. Nói cách khác, Fucoidan không trực tiếp tấn công tế bào ung thư mà sẽ làm chúng "đầu hàng vô điều kiện". Tất nhiên, Fucoidan không thúc đẩy quá trình tự chết apoptois ở tế bào bình thường mà chỉ nhắm vào tế bào ung thư. Do đó, Fucoidan không hề gây ra tác dụng phụ như các loại thuốc chống ung thư khác, vì vậy bệnh nhân ung thư không phải chịu thêm thương tổn hoặc đau đớn.

Bệnh nhân cao tuổi, đặc biệt không chủ động xin điều trị do lo sợ tác dụng phụ của thuốc có thể gây thương tổn nặng nề hơn cả bệnh ung thư. Đó là lý do vì sao nhiều người trong số họ không dám hóa trị, do hóa trị phụ thuộc vào chế độ phải sử dụng thuốc điều trị ung thư. Tuy nhiên, ngày càng nhiều bác sĩ và bệnh viện công bố các kết quả thật ấn tượng khi kết hợp với phương pháp điều trị ung thư truyền thống với thực phẩm bổ dưỡng như Fucoidan.

Tiến sĩ Daisuke Tachikawa, Viện phó bệnh viện Matsuzaki Memorial (Thành phố Ogori, Quận Fukuoka , Kushu) là người giám sát khâu biên tập của quyển sách này cũng đang sử dụng Fucoidan.

Tiến sĩ. Daisuke Tachikawa (Bác sĩ kiêm Viện phó bệnh viện Matsuzaki Memorial)

Ông Tachikawa cho biết: "Từ ku-su-ri theo tiếng Nhật có nghĩa là "thuốc", nhưng nếu đọc ngược lại ri-su-ku thì sẽ thành "sự nguy hiểm". Thuốc điều trị ung thư cũng tiềm ẩn nhiều nguy hiểm, và các chuyên viên y tế phải đối mặt với một sự thật là nhiều bệnh nhân ung thư trở nên suy nhược do loại thuốc chống ung thư mà họ sử dụng. Đối với những bệnh nhân không thể thực hiện phẫu thuật hay không thể sử dụng thuốc điều trị ung thư thì tôi khuyên họ nên sử dụng Fucoidan."

Các hình ảnh ở trang sau sẽ cho quý vị thấy tình trạng ung thư dạ dày của một bệnh nhân nam đã 80 tuổi. Những hình bên trái được chụp trước khi bệnh nhân sử dụng Fucoidan, cho thấy một khối u lớn nằm chắn ngay miệng dạ dày. Sau 2 tháng sử dụng Fucoidan (9 viên/ngày) thì khối u đó hoàn toàn không còn hiện hữu nữa, những hình ảnh bên phải đã chứng minh điều đó.

Tiến sĩ Daisuke Tachikawa cho biết thêm: "Đa số các bác sĩ chưa chịu nhìn nhận các loại thuốc thay thế. Tuy nhiên, thật sự có tồn tại một số liệu pháp giúp chữa trị ung thư hiệu quả mà không hề ảnh hưởng tới chất lượng cuộc sống của bệnh nhân ung thư. Bản thân tôi rất hy vọng, tất cả các y bác sĩ sẽ công nhận hiệu quả của dược phẩm thay thế."

Hy vọng trong tương lai, y học sẽ chú trọng hơn đến các liệu pháp phức tạp kết hợp sử dụng thuốc thay thế với thuốc tây y. Ở Hoa Kỳ, số tiền sử dụng cho dược phẩm thay thế vượt xa so với số tiền sử dụng để điều trị bằng phương pháp y học truyền thống.

Có thể trong một ngày không xa, dược phẩm thay thế cuối cùng sẽ được chính thức thừa nhận. Điều trị ung thư cũng không phải là một ngoại lệ. Các chuyên viên y tế sẽ sớm sử dụng liệu pháp điều trị bằng thuốc thay thế để hỗ trợ thêm vào biện pháp điều trị truyền thông.

Với xu hướng đó, Fucoidan thu hút được sự chú ý như là một "công thức thắng lợi" đối với lộ trình điều trị ung thư bằng dược phẩm thay thế. Fucoidan là loại thực phẩm chức năng mang tính đổi mới có khả năng kích hoạt hệ thống miễn dịch của người bệnh đồng thời thúc đẩy tế bào ung thư tự chết (Apoptosis).

Trước

Sau

[Ngày 16 tháng 07]

[Ngày 03 tháng 09]

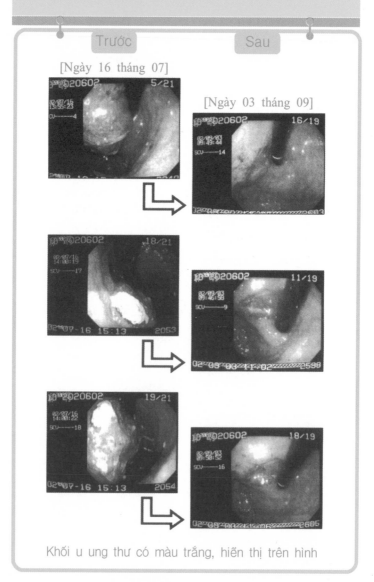

Khối u ung thư có màu trắng, hiển thị trên hình

**Ung thư của tôi đã biến mất và được chữa lành, thật
cảm ơn Fucoidan!** <Nhiều lời tri ân>

**Lung Cancer (Ung Thư Phổi), Bronchial Cancer (Ung
Thư Phế Quản)**

Stomach Cancer (Ung Thư Dạ Dày), Esophageal Cancer (Ung Thư Thực Quản), Colorectal Cancer (Ung Thư Đại Trực Tràng)

Skin Cancer (Ung Thư Da), Thyroid Cancer (Ung Thư Tuyến Giáp), Malignant Lyphoma (Lyphoma Ác Tính), Leukemia (Bệnh Bạch Cầu), Brain Tumor (Khối U Não), và các chứng bệnh khác

147 Trường hợp 26

Skin Cancer (Ung Thư Da)

Chiến thắng Melanoma ác tính đã lây lan khắp cơ thể

- Thành công sau khi ngừng hoá trị liệu và chỉ dùng duy nhất Fucoidan [Một bác nội trợ, 51 tuổi]

152 Trường hợp 27

Thyroid Carcinoma (Ung Thư Tuyến Giáp)

Điều trị ung thư tuyến giáp ác tính chưa phân hóa mà không cần phải giải phẫu

- Chữa lành ung thư tuyến giáp tái phát với Fucoidan [Nhân viên công ty, 58 tuổi]

156 Trường hợp 28

Lymphoma

Chế ngự lymphoma ác tính đã lây lan khắp cơ thể

- Hiệu quả khi kết hợp Fucoidan và hóa trị [Thành viên một tổ chức, 52 tuổi]

160 Trường hợp 29

Leukemia (Bệnh Bạch Cầu)

Phục hồi từ bệnh bạch cầu mạn tính sau khi chẩn đoán chỉ còn một năm nữa để sống

- Fucoidan cứu sống tôi trong thời khắc quan trọng nhất! [Một bác không có việc làm, 42 tuổi]

164 Trường hợp 30

Lung Cancer Proliferate to Brain
(Ung Thư Phổi đã lây lan lên Não)

Đối đầu với khối u trong não do ung thư phổi di căn

- Sức mạnh kỳ diệu của Fucoidan đã chữa lành khối u không thể phẫu thuật! [Nhân viên công ty, 54 tuổi]

Phần 2   Splendid Sea Power of Fucoidan

"Fucoidan" hợp chất tự nhiên chống ung thư: Cơ chế cho sự tự tiêu diệt các tế bào ung thư

Những câu hỏi thường gặp về Fucoidan

Phần 1

Ung thư biến mất và được chữa lành, Thật cảm ơn Fucoidan!

>> Nhiều lời tri ân

Họ tên của những bệnh nhân, đưa ra nhận xét trong sách này, đều được giữ bí mật vì lợi ích của sự riêng tư của họ. Tất cả các phát biểu là đúng sự thật và chính xác như năm 2002

Phần 1

Ung thư của tôi đã biến mất và được chữa lành, thật cảm ơn Fucoidan!

Lung Cancer (Ung Thư Phổi), Bronchial Cancer (Ung Thư Phế Quản)

[Trường hợp 1]

Lung Cancer (Ung Thư Phổi)

Fucoidan cứu tôi khỏi vực thẳm tuyệt vọng — Tôi đã chiến thắng ung thư phổi sau khi chẩn đoán chỉ còn 3 tháng để sống!

Anh Isao Makita, nhân viên công ty, 45 tuổi, ở Thành phố Inuyama, Aichi, Nhật Bản

Vào tháng 12 năm ngoái, tôi bắt đầu cảm thấy mệt mỏi và toát mồ hôi khi ngủ. Tôi biết có điều gì đó không ổn. Sau tết Dương lịch, tôi nhận được kết quả chuẩn đoán tại phòng khám đa khoa gần công ty tôi rằng tôi có triệu chứng "ung thư phổi cấp tính". Tôi được khuyên nên tìm cách chữa trị càng sớm càng tốt, nhưng tôi rất lưỡng lự vì sau khi nhập viện thì tôi sẽ không bao giờ có thể xuất viện được nữa. Sau khi vợ tôi trò chuyện với bác sĩ, bà ấy nói, theo lời bác sĩ thì ung thư đã lây lan tới xương và tôi chỉ còn nhiều nhất là ba tháng để sống.

Bây giờ tôi hổ thẹn khi nói rằng, lúc đó tôi hoàn toàn mất

29

tinh thần bởi tôi có cảm giác mình là một nạn nhân, sau khi chẩn đoán đã mắc bệnh ung thư và tôi cũng bắt đầu thờ ơ với mọi thứ xung quanh. Tôi thất vọng và không biết phải làm gì. Chúng tôi đã có một cuộc họp gia đình – cuộc họp giữa vợ tôi, con trai đang trong năm thứ hai của trung học, và tôi – để thảo luận về việc tôi nhập viện điều trị hay sẽ chết ở nhà. Nhưng cuộc họp không đem đến kết quả gì. Hai năm trước, tôi mất chú của tôi vì ung thư phổi và tôi trở nên buồn bã khi nhớ ngày cuối cùng của ông. Tôi quyết định nhập viện điều trị bằng một chút hy vọng còn lại trong tôi, nhưng vợ tôi không mấy ủng hộ việc này.

Lúc đó, tôi tình cờ học được một điều, được gọi là "cơ hội thứ hai" trên tạp chí, do đó tôi đến bệnh viện của trường đại học để làm thêm xét nghiệm khác. Tôi hy vọng kết quả của bệnh viện trước là không đúng. Tôi đã sẵn sàng đem hết tất cả những gì tôi có để điều trị, nếu vị bác sĩ thứ hai cho biết tôi còn có cơ hội bình phục.

Tuy nhiên, chẩn đoán ở bệnh viện của trường đại học cũng không mấy khả quan. Họ phát hiện một khối u 0.8 inches ở phổi phải được bao quanh bởi nhiều vùng nhỏ tổn thương ung thư. Bác sĩ cho tôi biết, họ không thể nào loại bỏ chúng chỉ bằng giải phẫu, và xạ trị sẽ hoàn toàn không có tác dụng.

Vợ tôi bí mật hỏi bác sĩ về kết quả chẩn đoán, ở bệnh viện trước đã đoán tôi chỉ còn 3 tháng để sống, có đúng hay không.

Phần 1

Ung thư của tôi đã biến mất và được chữa lành, thật cảm ơn Fucoidan!

Câu trả lời từ bệnh viện của trường đại học là "Chúng tôi không chắc". Họ có vẻ không đồng tình cũng như từ chối trả lời. Cho rằng câu trả lời thật mơ hồ, vợ tôi quyết định rằng tôi phải chiến đấu với ung thư tại nhà. Có lẽ, phụ nữ vốn dĩ rất mạnh mẽ khi đối diện với những trường hợp như thế này.

Triệu chứng bệnh bắt đầu tiến triển nhanh hơn, mỗi ngày mặt tôi càng trở nên tím tái. Tôi bắt đầu cảm nhận được các cơn đau ở ngực, đôi khi xuất hiện những cơ đau buốt chạy dọc sống lưng, và sau đó những cơn đau đó liên tục hành hạ tôi từng ngày.

Vợ tôi đề nghị tôi nên thử dùng các loại thực phẩm bổ sung dinh dưỡng mà người ta nói có thể giúp điều trị ung thư. Chúng tôi thật sự không biết loại nào hiệu quả nhất, do đó tôi bắt đầu thử loại phổ biến nhất. Tôi sử dụng mỗi loại khoảng một tuần, để xem tình trạng của tôi có cải thiện hay không. Tôi biết, tôi phải uống chúng trong một

khoảng thời gian nhưng tôi còn quá ít thời gian. Để tối đa hóa lợi ích của chúng, tôi uống 15-20 viên một lần, 4-5 lần mỗi ngày. Tôi tiêu thụ hết những viên dành cho một tháng rất nhanh chóng.

Lúc đó là ngày 19 tháng 2 trong năm, khi vợ tôi bắt đầu uống Fucoidan, loại sản phẩm mà bà ấy đọc được từ một bài viết trong tạp chí. Tôi bị mất vị giác và cân nặng đang giảm từ 152 chỉ còn 121 lbs. Tôi bị liệt giường và rất đau đớn mỗi khi nâng cơ thể lên.

Tôi thử uống Fucoidan 10 viên mỗi ngày, 4 lần một ngày. Đó là liều tối đa mà tôi có thể uống. Đến khoảng ngày thứ tư hoặc sau đó, tôi đã sớm có lại cảm giác.

Đó là cảm giác âm ấm bên trong. Tôi đã thử rất nhiều loại thực phẩm bổ dưỡng trước đó, nhưng đây là lần đầu tiên tiên tôi có cảm giác như vậy. Một "ý chí sinh tồn" trỗi dậy bên trong tôi.

Tất nhiên, tôi quyết định tiếp tục uống Fucoidan. Đầu tháng 3, khoảng 2 tuần sau khi uống Fucoidan, tôi để ý khuôn mặt tôi đã hơi tươi tỉnh. Nó đã chuyển từ màu đất thành màu hồng nhạt, và tôi có lại vị giác. Tuy vẫn phải chịu đựng những cơn đau buốt, nhưng tôi đã phấn chấn hơn về mặt tinh thần, vì tôi có hy vọng có thể chữa căn bệnh này.

Phần 1

Ung thư của tôi đã biến mất và được chữa lành, thật cảm ơn Fucoidan!

Khoảng cách giữa các cơn đau đã thưa dần, vào tháng 3 tôi đã bắt đầu có thể đi dạo quanh khu tôi ở. Tháng 4 - tháng tôi phải chết theo chuẩn đoán ban đầu, hồi tháng 1 - cơ thể tôi nhanh chóng khỏe mạnh. Tôi còn một cuộc kiểm tra khác ở bệnh viện của trường đại học vào ngày 15 tháng 4. Tôi được cho biết rằng, khối u giảm đi đáng kể, khối u đó và những vùng tổn thương di căn không còn nhìn thấy nữa.

Tôi trở lại làm việc vào tháng 5. Tôi cảm thấy thất vọng vì tôi bị chuyển từ bộ phận bán hàng sang bộ phận tổng vụ, nhưng tôi không thể có ý kiến gì vì tôi đã nghỉ phép hơn 5 tháng. Bỏ qua cách đối xử khắc nghiệt của công ty tôi, tôi cảm thấy rất vui vì ít nhất tôi đã giữ được mạng sống của mình. Tôi sẽ không ép mình phải làm việc đổ mồ hôi sôi nước mắt như trước nữa. Nhận thức về cuộc sống của tôi đã thay đổi sau trải nghiệm của một người sắp chết.

Tôi tiếp tục uống Fucoidan vì nỗi sợ ung thư có thể sẽ trở lại nếu tôi ngưng hẳn sử dụng. Tôi giảm liều còn 5 viên mỗi ngày, 3 lần một ngày. Tôi đến bệnh viện kiểm tra mỗi tháng 1 lần. Đến tháng 9, khi bác sĩ nói ung thư của tôi hoàn toàn biến mất, hai vợ chồng tôi nhìn nhau với cái nhìn nhẹ nhõm.

Tôi đã cố gắng chống chọi với ung thư, và bây giờ tôi chiến đấu để giành lại chức vụ cũ trong công ty. Tất nhiên, Fucoidan không thể giúp tôi làm việc này, nhưng tôi sẽ cố gắng hết sức để làm tốt công việc của mình!

Lung Cancer Relapse (Ung Thư Phổi Tái Phát)

Dần dần phục hồi từ ung thư phổi tái phát
-- Fucoidan lấy lại sức khỏe cho tôi

Chị Mitsuko Tanoue, nội trợ, 57 tuổi, ở Thành phố Sendai, Miyagi,
Nhật Bản

Quà tặng từ các con của chúng tôi nhân kỷ niệm ngày cưới của hai vợ chồng tôi, cách đây 3 năm là phiếu quà tặng kiểm tra sức khỏe. Hai vợ chồng tôi bỏ ra một ngày ở bệnh viện, trong khi kết quả X-quang phát hiện khối u trong phổi của tôi. Ung thư ở phổi có kích thước khoảng 1.2 inches. Họ không phát hiện triệu chứng gì bất thường trong cơ thể chồng tôi, ngoại trừ chứng suy giảm chức năng gan nhẹ.

Tôi không có biểu hiện triệu chứng gì, cho đến khi bác sĩ nói tôi bị ung thư, tôi tự hỏi lí do tại sao.

Ung thư của tôi ở giai đoạn đầu. Bác sĩ cắt bỏ một phần phổi phải và áp dụng thuốc chống ung thư ngay sau phẫu thuật. Sau 4 tháng, tôi có thể xuất viện. Tôi biết, nó không thể nào tồi tệ hơn nữa. May mắn thay, tôi không bị ảnh hưởng bởi tác dụng phụ của thuốc chống ung thư. Trong suốt 4 tháng ngắn ngủi đó, hai người bệnh trong cùng một phòng

Phần 1

Ung thư của tôi đã biến mất và được chữa lành, thật cảm ơn Fucoidan!

6 giường bệnh với tôi, đã ra đi khi không chống chọi nổi với pharyngeal cancer (ung thư cổ họng) và lung cancer (ung thư phổi). Cái chết của họ nhắc nhở tôi về sức mạnh giết người của ung thư.

Khi tôi rời bệnh viện, bác sĩ dặn rằng ung thư có thể tái phát và yêu cầu tôi phải thường xuyên trở lại kiểm tra, ít nhất hai tháng một lần. Tôi vui mừng khi đã đánh bại ung thư và không chú ý tới lời dặn của bác sĩ. Tôi đi kiểm tra đều đặn hai tháng một lần ở những lần đầu, sau đó thì không đến bệnh viện nữa vì hơi xa nhà. Khi đờm làm nghẹt cổ họng của tôi khoảng một năm sau đó, tôi tưởng tôi đơn giản chỉ bị cảm nặng. Tuy nhiên, chồng tôi để ý da mặt tôi trở nên xanh xao. Ông ấy nài nỉ tôi đến bệnh viện kiểm tra.

Khi bác sĩ đưa tôi xem kết quả, tôi đã ghét tính chủ quan của mình. Bác sĩ phát hiện nhiều vùng lây nhiễm ung thư ở phổi phải và 5 vùng ở phổi trái. Họ sắp xếp cho tôi nhập viện và yêu cầu tôi trở lại sau 3 ngày. Lúc đó, tôi bị mất hết lý trí. Chồng tôi an ủi rằng tôi đã từng đánh bại ung thư, bây giờ tôi cũng có thể làm lại lần nữa. Tuy nhiên, tôi không dám chắc, vì nếu lần đầu chiến thắng không có nghĩa là sẽ chiến thắng ở lần sau, vì ung thư đã trở lại chỉ trong 1 năm.

Trước ngày nhập viện một ngày, tôi tình cờ đi lướt ngang

qua người phụ nữ mà tôi đã kết bạn trong khi điều trị ung thư lần đầu. Cô ấy mới bình phục khoảng 1 tháng và đã ra viện. Chúng tôi thường hay xem cô ấy như một "bệnh nhân kỳ diệu". Các y tá và bác sĩ đều nói, họ không thể hình dung được tại sao cô ấy có thể phục hồi một cách nhanh chóng, họ chỉ đơn giản nói đó là điều kỳ diệu. Tôi còn nhớ cô ấy đang bị dày vò bởi bronchial cancer (ung thư phế quản) hoặc ung thư nào đó. Và tôi đã không gặp cô ấy trong một khoảng thời gian, nhưng nhìn cô ấy có vẻ rạng ngời và tràn đầy sức khỏe.

Sau đó, cô ấy cũng nói tôi nghe bí mật về "điều kỳ diệu" của cô ấy. Cô ấy nói đó chính là Fucoidan, một hợp chất siêu nhờn của Mozuku và lá bào tử tảo nâu nước lạnh Mekabu đã tiêu diệt ung thư của cô ấy. Cô ấy đã bắt đầu uống Fucoidan sau khi nhập viện và kết thúc bằng việc đánh bại bronchial cancer thời kỳ cuối (ung thư phế quản thời kỳ cuối) mà không thực hiện trị liệu nhiều. Ngạc nhiên hơn cả, cô ấy không uống thuốc chống ung thư do bệnh viện kê toa. Những gì Fucoidan đã làm cho cô ấy thật sự kỳ diệu.

Được động viên bởi, câu chuyện của cô bạn, tôi đến bệnh viện ngay lập tức và kể với bác sĩ về Fucoidan và kinh nghiệm của cô bạn. Bác sĩ nói, thuốc dân gian không dùng cho tất cả mọi người, nhưng ông cũng đồng ý cho tôi sử dụng Fucoidan kết hợp với thuốc chống ung thư nếu tôi

Phần 1

Ung thư của tôi đã biến mất và được chữa lành, thật cảm ơn Fucoidan!

muốn. Tôi nghĩ, bác sĩ cũng đã biết có một tác nhân nào đó, không phải thuốc chống ung thư mà bệnh viện cho cô ấy sử dụng, đã giúp cô ấy chữa lành ung thư.

Tôi nhận thuốc chống ung thư tại bệnh viện 3 tuần 1 lần. Mỗi lần tôi phải ở lại qua đêm trong bệnh viện. Thuốc chống ung thư và Fucoidan, về mặt tinh thần là thứ khuyến khích tôi tiếp tục điều trị, ngoài ra tôi cũng không quá sầu não vì tôi không có triệu chứng gì.

Không chần chờ, tôi gọi số điện thoại mà cô bạn đã cho và đặt mua Fucoidan. Sản phẩm có dạng viên nén và không có mùi vị. Tôi đoán trước, vị nhớt sẽ đọng lại trong miệng sau khi uống, nhưng lại không xảy ra chuyện đó. Mặc dù, tôi không thích Mozuku, nhưng tôi không có vấn đề gì khi uống viên nén này.

Tôi uống Fucoidan 3 lần một ngày: vào lúc 8h sáng, 2h trưa, và trước khi đi ngủ. Tôi uống mỗi lần 4 viên. Thật kỳ diệu, sau 3 hoặc 4, ngày tôi đã đi cầu được bình thường. Việc này không liên quan gì đến ung thư phổi của tôi, nhưng ít nhất tôi cảm nhận được hiệu quả tích cực.

Ngoại trừ những tối trong bệnh viện nhận thuốc chống ung thư, tôi sinh hoạt bình thường. Tôi luôn bị choáng váng và lạnh buốt sau mỗi lần dùng thuốc, tuy nhiên những phản ứng phụ trên yếu hơn dự đoán của tôi, do đó tôi có thể ăn uống một cách bình thường. Các bác sĩ và y tá có lẽ đã nghĩ tôi là một bệnh nhân mạnh mẽ cũng như tôi được nhận nhỏ giọt chất dinh dưỡng vào tĩnh mạch hoặc một cái gì đó. Tuy nhiên, tôi không chắc nếu chỉ có duy nhất thuốc chống ung thư với Fucoidan, có đủ để điều trị ung thư của tôi không, do đó tôi càng trở nên căng thẳng, mỗi khi tôi cảm giác đau nhẹ ở ngực.

Ba lần nhận thuốc trị liệu cũng đã hoàn thành trong vòng hai tháng rưỡi. Chồng tôi cảm thấy hơi nhẹ nhõm khi thấy tôi sinh hoạt bình thường. Khi đến ngày đi gặp bác sĩ để tham khảo về kết quả, trong tôi có sự pha trộn giữa cảm giác hy vọng và lo sợ.

Kết quả lần này tốt hơn dự định. 5 vùng ung thư tổn thương ở phổi trái đã hoàn toàn biến mất, trong khi khối u lớn ở phổi phải, thì đã giảm tới mức mắt thường không thể thấy rõ trên phim X-quang.

Bác sĩ gật gù và nói: "Tôi thật ngạc nhiên, thuốc chống ung thư một mình làm việc thật hiệu quả. Chị nói chị đang uống Fucoidan, tôi nghĩ bệnh viện cũng phải nên xem xét chuyện này một cách nghiêm túc"

Khi tôi nhận được kết quả xét nghiệm lần 2 vào tháng 10,

Phần 1

Ung thư của tôi đã biến mất và được chữa lành, thật cảm ơn Fucoidan!

cho biết tổn thương ung thư còn sót lại ở phổi phải hoàn toàn tan biến. Tôi đã đánh bại ung thư mà không cần phải chịu nhiều đau đớn, do đó tôi không biết, nếu câu chuyện của tôi đủ điều kiện như một lời chứng thực. Tôi vẫn còn uống Fucoidan, vì tôi không thể nào chịu đựng nổi tái phát ung thư thêm một lần nữa hoặc cho phép ung thư lây lan.

Ngày kỷ niệm ngày cưới lại sắp đến, con tôi hỏi tôi cần gì. Tôi nhìn chồng tôi và nói ‑ đúng, ông đã đoán đúng - "Fucodan!". Chồng tôi có vấn đề về gan vì gần đây uống quá nhiều rượu.

Tôi đọc được rằng Fucoidan cũng cải thiện chức năng gan. Nên chồng tôi và tôi cả hai đều sử dụng đều đặn Fucoidan từ lúc đó.

Terminal Lung Cancer
(Ung Thư Phổi Giai Đoạn Cuối)

Điều trị ung thư Phổi giai đoạn cuối chỉ trong 6 tháng! — Tôi nợ Fucoidan cuộc sống hiện tại.

Anh Tomoichi Muraya, làm nghề tạp vụ, 47 tuổi, ở thành phố Kobe, Hyogo, Nhật Bản

Tôi hút thuốc, và cha mẹ tôi qua đời vì ung thư. Mặc kệ, hai hình ảnh cảnh báo rõ ràng đó, tôi vẫn không quan tâm đến sức khỏe của mình. Tôi hút khoảng 40 điếu thuốc một ngày, và không muốn đánh đổi việc đó với bất cứ thứ gì. Tôi còn uống bia và rượu Sake Nhật Bản mỗi tối.

Tháng 7 năm ngoái, tôi cảm thấy sâu trong cổ họng rất rát và giọng của tôi trở nên khàn khàn. Tôi đơn giản nghĩ rằng tôi đã hút thuốc quá nhiều, nhưng chẳng mấy chốc tôi khạc ra đờm máu và trong nhà tắm tôi ho ra máu cục màu đỏ đậm.

Do tôi làm việc tại một chi nhánh của hội trường thành phố, nên tôi lập tức đến bệnh viện của thành phố đó. Bệnh viện bảo tôi chờ, vì họ nói tôi sẽ có thể nhận kết quả kiểm tra ngay sau đó. Sau một loạt xét nghiệm, tôi được chẩn đoán với ung thư phổi thời kỳ cuối (tất nhiên, họ không nói với tôi ung thư đó là giai đoạn cuối, nhưng vợ tôi nói rằng tôi sẽ phải chết.)

Phần 1

Ung thư của tôi đã biến mất và được chữa lành, thật cảm ơn Fucoidan!

Tôi bị khối u lớn ở phổi trái và giải phẫu thì rất khó vì vùng tổn thương quá gần tim.

Mẹ tôi qua đời vì ung thư ruột già sáu năm trước khi cha tôi cắt bỏ toàn bộ dạ dày hồi ba năm về trước cũng vì ung thư. Và giờ đến lượt tôi.

Tôi đã làm xạ trị và hóa trị tại bệnh viện. Thuốc chống ung thư gây cho tôi đau đớn khủng khiếp, và xạ trị thì ít có tác dụng. Sau một tháng trong bệnh viện, tôi hầu như bị liệt giường. Da mặt tôi từ từ đen dần và tôi mất hết năng lượng. Mỗi ngày, tôi chỉ có thể nằm trên giường, không cử động. Vợ tôi ngày ngày đến bệnh viện thăm tôi, nhưng bà ấy không thể ở lâu vì còn phải chăm sóc cha tôi đang bị bệnh.

Tháng 11, tôi quyết định thử phương pháp trị liệu ở nhà. Vì tôi không có gì để làm trong bệnh viện, ngoài ra, tôi cảm thấy thoải máy hơn khi ở nhà. Trong khi xuất viện, bác sĩ nói với vợ tôi rằng tôi chỉ còn sống dài nhất là 2-3 tháng. Nếu tôi may mắn thì có thể đón Tết.

10 ngày sau khi về nhà, vợ tôi đọc thấy Fucoidan trong tạp chí sức khỏe. Đó chính là phát hiện thay đổi cuộc đời tôi. Bài viết nói về chất siêu nhờn của tảo biển có chứa rất nhiều thành phần hữu ích, bao gồm hợp chất chữa trị ung thư.

Tôi hoài nghi liệu tảo biển có thể trị bệnh mà thậm chí bệnh viện không thể chữa trị không. Tuy nhiên, tôi không thể nói những suy nghĩ đó trước vợ tôi, người đã liều lĩnh tìm kiếm cách chữa trị cho tôi.

Tôi bắt đầu uống Fucoidan ngay sau khi nhận bưu kiện. Liều dùng đề nghị là 3-5 viên mỗi ngày, nhưng tôi uống 5 viên một lần, mỗi ngày 2 lần. Đó là đề nghị của vợ tôi là "tăng liều dùng, nếu không có tác dụng phụ." Ý tưởng của bà ấy thật tuyệt vời. Sau 20 ngày với liệu pháp Fucoidan, tôi bắt đầu cảm thấy đói. Tôi chỉ có thể ăn được cháo trước đó, và tôi khó tìm thấy sự ngon miệng đối với thức ăn đặc. Tuy nhiên, ngày hôm đó, tôi lại thèm củ cải trắng tiềm kiểu Nhật Bản.

Sau đó, những cơn đau ở lồng ngực của tôi cũng dần dần giảm xuống. Tôi có thể đã chỉ "cảm thấy" như vậy, nhưng nó đã cho tôi "hy vọng cho cuộc sống." Trong khoảng một tháng, tôi đã có thể ra khỏi giường và đi bộ trong nhà tôi.

Sau các ngày lễ năm mới, tôi tiến hành một cuộc xét nghiệm khác. Theo chẩn đoán ban đầu, tôi đã sống qua thời điểm dự tính, nhưng khuôn mặt của tôi đã không còn nhạt và tôi bắt đầu cảm thấy tôi có thể đánh bại ung thư.

X-quang, MRI và máy đánh dấu khối u, tất cả đều cho biết ung thư đã không phát triển nữa và thậm chí đã thu nhỏ lại đáng kể. Bác sĩ nói, tôi đã có thể thực hiện phẫu thuật để cắt bỏ khối nhưng tôi đã trả lời, "không, cám ơn." Tôi đã có thể

Phần 1

Ung thư của tôi đã biến mất và được chữa lành, thật cảm ơn Fucoidan!

đi xa như thế này với Fucoidan. Tôi nghĩ, tôi có thể sẽ không còn bị ung thư nữa bằng cách tiếp tục phương pháp trị liệu này lâu hơn chút nữa.

Khi nhận được kết quả khả quan từ bệnh viện, tôi đã thay đổi kế hoạch chống chọi với ung thư với mọi phí tổn.

Tháng 3 năm sau, bệnh trạng của tôi đã cải thiện rất nhiều, tôi có thể đi dạo trong ngày nắng ấm. Xét nghiệm mà tôi được tiến hành ở tuần thứ hai của tháng 4 đã "xóa sạch hóa đơn của sức khỏe." Vì ung thư đã hoàn toàn tiêu biến. Tôi trở lại làm việc vào tháng 5, sau sáu tháng vắng mặt dưỡng bệnh. Tôi chỉ sử dụng nhiều ngày nghỉ phép của hằng năm tích lũy để lại, do đó, vị trí của tôi trong công ty và mức lương vẫn như cũ.

6 tháng trôi qua, sau khi trở lại làm việc. Tôi không dám tin rằng tôi đã đấu tranh để được sống sót chỉ một năm trước. Tôi đã không bị cảm mạo từ lúc đó. Có lẽ, cái gì đó đã thay đổi bên trong cơ thể tôi. Tôi tiếp tục uống Fucoidan và tất nhiên tôi sẽ tiếp tục uống Fucoidan trong suốt cuộc đời mình. Fucoidan mang lại cho tôi cảm giác an toàn rằng tôi không phải chống chọi với ung thư thêm một lần nữa. Tôi bỏ hút thuốc và chỉ thỉnh thoảng uống rượu như là một lời nhắc nhở hân hoan rằng tôi còn sống.

Bronchial Cancer (Ung Thư Phế Quản)

Chữa trị ung thư phế quản không giải phẫu được — Fucoidan hỗ trợ tôi chống chọi với ung thư trong bệnh viện

Anh Motonori Inukai, nhiếp ảnh gia tự do, 51 tuổi, ở thành phố Kawasaki, Kanagawa, Nhật Bản

Tôi có gene ung thư. Cha tôi bị ung thư phổi, mẹ tôi vật vã với ung thư dạ con, còn chú tôi qua đời cũng vì ung thư phổi. Nhìn thấy họ phải lên thiên đàng sớm, tôi có một ý tưởng khá tiêu cực rằng không gì có thể chữa trị được ung thư. Dù biết như vậy, tôi không thể bỏ hút thuốc, vì vậy, tôi để kết quả cho số phận định đoạt.

Năm ngoái tôi bị cảm nặng. Khi đi xét nghiệm chuyên sâu trong bệnh viện đa khoa, họ phát hiện ung thư phế quản. Tất nhiên, tôi đã nhập viện ngay lúc đó. Đó là tế bào ung thư cấp tính nhỏ, loại mà khó có thể giải phẫu. Vì vậy, tôi phải kết hợp hóa trị và xạ trị. Ở một mức độ nào đó, tôi hầu như đã tuyệt vọng.

Tôi biết rất rõ những chống chọi với ung thư, một cách vô ích của gia đình mình, tất cả các loại thuốc chống ung thư và bức xạ đều không có tác dụng. Tuy nhiên, không lẽ, không

Phần 1

Ung thư của tôi đã biến mất và được chữa lành, thật cảm ơn Fucoidan!

tiến hành điều trị, mà đơn giản ngồi nhà chờ chết.

Tôi cảm thấy hơi đau khi làm xạ trị, nhưng thuốc chống ung thư có ảnh hưởng phụ quá mạnh lên cơ thể tôi. Tôi bắt đầu bị dày vò bởi tác động phụ của chúng vào ngày thứ hai. Tôi buồn nôn khủng khiếp và đau nhói toàn thân, cảm giác này tôi không bao giờ bị trước đây. Tôi cố gắng để hoàn thành chu kỳ đầu tiên.

Tôi có một tuần trước khi bắt đầu chu kỳ thứ hai. Tôi bị suy sụp tinh thần, vợ cũ, người đã ly hôn với tôi, đến thăm tôi. Tôi phải chịu trách nhiệm sau ly hôn và tôi đang cung cấp tiền trợ cấp cho bà ấy. Tuy nhiên, tôi đã gửi tiền chậm trễ trong nhiều tháng qua. Và bà ấy mang theo Fucoidan. Phòng bệnh của tôi có 4 giường, tất cả bốn người đều là bệnh nhân ung thư thời kỳ cuối.

Thật thú vị, mọi người đều sử dụng thực phẩm bổ dưỡng. Một người đặt toàn bộ niềm tin vào tác dụng của sản phẩm đó. Người khác, thì nhằm mục đích trấn an tinh thần của anh ấy. Tuy nhiên, không ai sử dụng Fucoidan. Dĩ nhiên, tôi cũng chưa bao giờ biết tới.

Một ngày trước chu kỳ thứ hai, bác sĩ nói với tôi rằng, chu kỳ xạ trị lần thứ nhất và thuốc chống ung thư không làm giảm tế bào ung thư nhưng họ sẽ cố gắng thử trong chu kỳ khác, để quan sát dấu hiệu thay đổi tích cực.

Thật tuyệt vọng, tôi quyết định uống Fucoidan. Ấn tượng đầu tiên của tôi là viên nang rất dễ nuốt. Mặc dù, đã mất hết vị giác vì tác dụng phụ của thuốc chống ung thư nhưng tôi cố nuốt chúng xuống. Tôi uống 3 viên vào ban ngày và 2 viên trước khi đi ngủ.

Chu kỳ điều trị thứ hai bắt đầu ngày hôm sau. Tất nhiên, tui vẫn uống Fucoidan. Tôi uống rất nhiều viên, và không nhớ rõ chính xác con số là bao nhiêu, nhưng có lẽ khoảng hơn 20 viên một ngày.

Tôi kinh hãi chờ đợi những đau đớn của tác dụng phụ sẽ trở lại, nhưng tôi không bị buồn nôn, đau đầu hoặc đau bụng. Tôi đã nghĩ bác sĩ đã giảm liều thuốc vì họ thấy tôi bị đau đớn ở chu kỳ thứ nhất. Tuy nhiên, khi tôi hỏi y tá, cô ấy nói liều thuốc lần này thậm chí còn mạnh hơn vì lần trước đã không có hiệu quả.

Tôi không thể nghĩ đến thứ gì khác ngoài Fucoidan đã ngăn ảnh hưởng khủng khiếp của tác dụng phụ. Tôi thậm chí còn cảm thấy đói. Các bệnh nhân khác trong phòng cảm thấy tò mò.

Chu kỳ thứ hai của thuốc trị liệu cũng hoàn thành, và tôi được cho biết, khối u đã giảm và tế bào miễn dịch đã ổn định thậm chí còn tăng lên. Bác sĩ nói thuốc kháng ung thư không thể làm tăng số lượng tế bào miễn dịch.

Phần 1

Ung thư của tôi đã biến mất và được chữa lành, thật cảm ơn Fucoidan!

Chu kỳ thứ ba của thuốc trị liệu đã kết thúc mà không có trở ngại gì. Khoảng một tháng sau đó, bác sĩ cho tôi xuất viện. "Thật may mắn vì tế bào ung thư đã tiêu biến, nhưng chúng có thể trở lại bất cứ lúc nào. Hãy thay đổi lối sống và thực hiện thói quen sống lành mạnh, và trở lại kiểm tra một tháng một lần," bác sĩ đã căn dặn.

Tôi sợ bị tái phát bất cứ lúc nào. Ngoài ra, tôi còn có gen ung thư trong cơ thể. Nhưng tôi cũng không cần lo lắng về chuyện đó nữa, cám ơn Fucoidan. Fucoidan tác dụng thật kỳ diệu đối với tôi, và tôi sẽ không xa rời chúng trong suốt phần đời còn lại của tôi.

Tôi trở lại thăm phòng bệnh cũ nhân dịp đến kiểm tra lại sau một tháng. Mọi người đều đã uống Fucoidan. "Cảm ơn anh rất nhiều, tôi cuối cùng cũng sắp được xuất viện," một anh nằm bên phải giường bệnh lúc trước của tôi nói. Tôi có thể thấy được vẻ rạng rỡ trên gương mặt mỗi người.

Tôi viết thư cám ơn cho vợ cũ của mình: "Tôi đã có thể đánh bại ung thư, cảm ơn bà." Tôi không muốn làm náo động cuộc sống của vợ cũ của tôi với gia đình mới của bà ấy, nhưng tôi muốn tỏ lòng biết ơn của mình và thông báo cho bà ấy biết những gì đã xảy ra.

Sau cùng, tôi sẽ tham quan Okinawa trong chuyến công tác sắp tới. Tôi sẽ chụp nhiều hình của vùng biển xinh đẹp Okinawa, nơi mang Fucoidan đến cho chúng ta.

Stomach Cancer (Ung Thư Dạ Dày), Esophageal Cancer (Ung Thư Thực Quản), Colorectal Cancer (Ung Thư Ruột Già)

[Trường hợp 5]

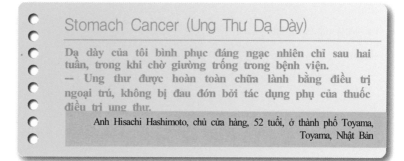

Stomach Cancer (Ung Thư Dạ Dày)

Dạ dày của tôi bình phục đáng ngạc nhiên chỉ sau hai tuần, trong khi chờ giường trống trong bệnh viện.

— Ung thư được hoàn toàn chữa lành bằng điều trị ngoại trú, không bị đau đớn bởi tác dụng phụ của thuốc điều trị ung thư.

Anh Hisachi Hashimoto, chủ cửa hàng, 52 tuổi, ở thành phố Toyama, Toyama, Nhật Bản

Tôi thường có cảm giác rất đau ở dạ dày, nên tôi đã đi khám ở bệnh viện. Tôi được chẩn đoán ung thư dạ dày. Lúc đó, khoảng tháng 3 trong năm.

Khối u có kích thước 0.8 inch. Vì chưa lây lan sang hạch bạch huyết nên bác sĩ chọn giải phẫu laser để loại bỏ các tổn thương bằng nội soi dạ dày. Tôi đã được cứu chữa bởi bác sĩ vì ông ấy khẳng định rằng, ung thư đã không lây lan đến lớp cơ bắp và khuyên tôi không phải lo lắng.

Tôi kế nghiệp cửa hàng văn phòng phẩm từ cha mẹ tôi để

Phần 1

Ung thư của tôi đã biến mất và được chữa lành, thật cảm ơn Fucoidan!

lại. Việc buôn bán hơi ế ẩm trong những năm gần đây, lí do chính là do nhiều siêu thị ở gần đó. Bỏ qua chuyện buôn bán giảm sút, tôi còn có trách nhiệm chu cấp cho gia đình 4 người.

Sau khi xét nghiệm, tôi phải vờ bình tĩnh. Tuy nhiên, vợ tôi rất buồn bã và luôn bồn chồn. Một ngày nọ, tôi nhận được một gói bưu kiện Fucoidan từ em trai của vợ tôi, cậu ấy chắc đã nghe vợ tôi kể về tình trạng của tôi. Theo lời giải thích của cậu ấy thì đây chính là một loại thực phẩm dinh dưỡng có tác dụng điều trị ung thư. Chỉ để trấn an bản thân, tôi quyết định sử dụng Fucoidan trong khi chờ bệnh viện có giường trống. Tôi có rất ít hy vọng về việc Fucoidan sẽ có tác dụng nhanh chóng ngay sau đó.

Trước đó, tôi hay bị đau buốt trong bao tử mỗi khi đói hoặc khi ngủ dậy. Trái lại, sau khi uống Fucoidan được 2-3 ngày thì triệu chứng đó không xảy ra nữa. Nghĩ lại, có lẽ Fucoidan đã tác động lên ung thư của tôi. Tôi uống mỗi lần 3 viên, 3 lần một ngày, tất cả là 9 viên mỗi ngày.

Sau vài ngày thì tôi được nhập viện và tiến hành xét nghiệm chuyên sâu tiền phẫu thuật. Bác sĩ so sánh kết quả CT ("Computed Tomography": chụp cắt lớp) lần này với lần trước cách đây hai tuần. Ông lắc đầu nói, chúng ta phải tiến hành nội soi niêm mạc thay vì giải phẫu laser, và tôi được thực hiện EMR ("Electrnic Medical Record": bản ghi y tế bằng điện tử).

Theo tôi hiểu, đây là phương pháp phẫu thuật bằng cách chích dung dịch saline dưới màng nhầy niêm mạc để nâng khối u lên, sau đó thiêu chúng với một dây tích điện, đính kèm trên đỉnh của dụng cụ nội soi.

Tiến trình giải phẫu thuận lợi và kết thúc trong 2 tiếng. Cần khoảng 2 ngày để bác sĩ phân tích bệnh lí ở nơi khối u đã bị loại bỏ, nhưng kết quả cho thấy không có sự lây lan sang các vùng xung quanh. Tôi tận mắt nhìn thấy mô được lấy ra từ cơ thể tôi. Trông nó hơi kinh tởm và tôi có thể nói đây là một trải nghiệm không thú vị. Nhưng mỗi khi nghĩ tới việc đang mang thứ đó trong cơ thể mình, đối với tôi đó còn hơn là cơn ác mộng.

Tôi ngạc nhiên khi bác sĩ cho tôi xuất viện ở ngày thứ ba. Tất cả những gì tôi cần là uống thuốc kháng ung thư. Tôi phải trở lại bệnh viện một tuần một lần để tiêm thuốc, nhưng cám ơn Fucoidan tôi đã có thể giữ cuộc sống của tôi gần như bình thường sau khi phẫu thuật.

Phần 1

Ung thư của tôi đã biến mất và được chữa lành, thật cảm ơn Fucoidan!

Bác sĩ cũng cảnh báo, thuốc chống ung thư có thể sẽ có nhiều tác dụng phụ khác nhau, nhưng tôi không bị buồn nôn hay rụng tóc. Lúc đó tôi tự hỏi, thậm chí cho tới bây giờ, rằng tôi có thật sự bị ung thư không. Vợ tôi chắc cũng có cảm giác như vậy. Thỉnh thoảng bà ấy hay chạm vào bụng tôi thì thầm: "Ông có nghĩ nó thật sự là ung thư không?"

Tôi may mắn, một phần vì phát hiện ung thư sớm và một phần sử dụng Fucoidan đúng lúc. Tôi tiếp tục uống Fucoidan như một chế độ trị liệu hằng ngày, vì ung thư dạ dày có nguy cơ tái phát và di căn cao. Nhưng trên hết, Fucoidan làm cho tôi cảm thấy khỏe mạnh từ đó.

Terminal Stomach Cancer
(Ung Thư Dạ Dày Thời Kỳ Cuối

Fucoidan cứu vợ tôi khỏi ung thư thời kỳ cuối -- Một loại thực phẩm tự nhiên có hiệu lực tốt nhất mà tôi từng biết

Bà Megumi Maruoka, làm nội trợ, 62 tuổi, ở thành phố Kumagaya, Saitama, Nhật Bản, (Lời khen tặng từ chồng bệnh nhân)

Vợ tôi trở nên hứng thứ với thực phẩm dinh dưỡng khi bắt đầu giai đoạn mãn kinh, lúc đó bà ấy bắt đầu thử rất nhiều loại sản phẩm. Tuy nhiên, bà ấy có rất ít kiên nhẫn và sẽ đổi sang sản phẩm khác nếu không thấy chúng có hiệu quả trong vài tuần. Việc thử các thực phẩm bổ dưỡng là sở thích của bà ấy. Tôi cảm thấy, những hiệu quả mà bà ấy cảm nhận được từ những sản phẩm đó, chỉ có thể xuất phát từ suy nghĩ của bà ấy.

Đó là 2 năm trước, khi một điềm dữ xảy ra với vợ tôi. Mặc dù, đã thử một loạt các loại thực phẩm bổ dưỡng, loại được cho rằng giúp ngăn chặn nhiều loại ung thư khác nhau – những trải nghiệm này bắt đầu có tác động ở tuổi 60 - Trong cuộc kiểm tra sức khỏe hằng năm của thành phố, phát hiện vợ tôi bị ung thư dạ dày.

Đó là ung thư ác tính và đã lây lan sang hạch bạch huyết

Phần 1

Ung thư của tôi đã biến mất và được chữa lành, thật cảm ơn Fucoidan!

ở các cơ. Theo kết quả thì cắt bỏ 2/3 dạ dày của bà ấy là điều cần thiết. Tuy nhiên, sau chẩn đoán, bà ấy vẫn tiếp tục dùng thực phẩm bổ dưỡng.

Để tham khảo thì bà ấy thử Agaricus, Meshimakobu, chất chiết xuất từ bắp cải lên men (Fermented Cabbage Extrtact), Chitosan, sụn cá mập và cao ong (Propolis), đó chỉ là vài tên. Bà ấy thử hàng loạt sản phẩm làm từ mỗi loại kể trên, và bằng nhiều cách khác nhau.

Giải phẫu dạ dày làm vợ tôi rất kiệt sức trong một thời gian. Bà ấy còn phải chịu đựng đau đớn do tác dụng phụ của thuốc chống ung thư. Sáu tháng sau phẫu thuật, cuối cùng thì vợ tôi được bệnh viện cho xuất viện. Bà ấy đã than phiền rất nhiều về các loại thực phẩm bổ dưỡng, rằng: "Tôi sử dụng chúng vì tôi nghĩ chúng có thể chữa lành ung thư," và "những sản phẩm đó không đè bẹp tác dụng phụ của thuốc kháng ung thư như họ đã nói." Vợ tôi phải trở lại bệnh viện kiểm tra một lần một tháng, vì có thể có nguy cơ di căn.

Một năm đã qua sau khi vợ tôi xuất viện, và tôi bắt đầu nghĩ ung thư của vợ tôi hoàn toàn đã được chữa lành. Ngược lại, kết quả kiểm tra vào tháng 5, phát hiện ung thư đã lây lan sang phần còn lại của dạ dày và gan. Tôi không thể quên được hình ảnh bà ấy bị sốc. Tôi cảm thấy đau lòng khi nhìn thấy vợ tôi như vậy. Khi ung thư đã lan ra diện rộng, thì loại bỏ các vùng tổn thương bằng giải phẫu là rất khó. Sự lựa chọn duy nhất là sử dụng xạ trị và thuốc chống ung thư. Điều này có thể đã đẩy bà ấy xuống vực thẳm.

Vợ tôi bị táo bón trong một thời gian, trước khi phát hiện di căn và phân có màu rất đen, bà ấy cảm thấy có điều bất thường. Đồng thời, bà ấy cũng có cảm giác đau buốt ở bên bụng.

Dù là người vui vẻ tự nhiên, nhưng sau lần đầu chẩn đoán, bà ấy trở nên suy sụp. Bà ấy cố gắng vui vẻ trước mặt tôi và con cái, nhưng tôi biết vợ tôi đã rất cố gắng. Do đó, mỗi khi tôi thấy bà ấy gắng gượng cư xử vui vẻ, tôi còn cảm thấy đau hơn.

Khi bác sĩ nói với vợ tôi rằng ung thư đã lây lan, bà ấy nói bà ấy không muốn nhập viện. Bà ấy khẳng định thuốc chống ung thư không thể chữa ung thư. Và tôi bị lạc lối không biết phải làm gì. Thật buồn cười vì tôi chợt có ý nghĩ về thực phẩm bổ dưỡng. Tôi nghĩ rằng, phải có một sản phẩm nào đó thích hợp với tình trạng của vợ tôi, nhưng bà ấy đã hoàn toàn từ bỏ thực phẩm bổ dưỡng và cứ nhất định không bao giờ sử dụng chúng thêm một lần nào nữa.

Ngày hôm sau, tôi lướt web trên internet khi đang làm việc và ghé qua những trang mạng của nhiều loại thực phẩm bổ dưỡng khác nhau, tôi tìm thấy Fucoidan. Khi tôi đọc những lời giải thích, tôi thấy dòng chữ "···thúc đẩy tế bào ung thư

Phần 1

Ung thư của tôi đã biến mất và được chữa lành, thật cảm ơn Fucoidan!

tự tiêu diệt." Cám ơn vợ tôi rất nhiều, nhờ bà ấy mà tôi quen thuộc với nhiều thực phẩm bổ dưỡng, nhưng tôi chưa bao giờ nghe về Fucoidan trước đó, không kể lời xác nhận "gây ra sự tự tiêu diệt của tế bào ung thư"

Một cách nhanh chóng, tôi đã đặt mua sản phẩm, nhưng không thông báo với vợ tôi. Sau đó, khi tôi đưa vợ tôi xem gói bưu kiện, bà ấy nói bà ấy cũng không biết về Fucoidan. Vợ tôi tò mò tại sao tôi lại mua nó. Trong khi tôi là người luôn hoài nghi về thực phẩm bổ dưỡng.

Ngay sau khi đọc nhanh qua hướng dẫn sử dụng, vợ tôi uống Fucoidan ngay lập tức. Bà ấy uống 5 viên một lần, 5 lần một ngày, tất cả là 25 viên. Tôi đã lo lắng liều dùng đó là quá nhiều, nhưng vợ tôi nói: "Loại này không phải thuốc, cho nên không có tác dụng phụ." Tôi không biết vợ tôi cảm thấy thế nào sau lần đầu uống Fucoidan, nhưng bà ấy từ chối tất cả cách điều trị. Do đó, Fucoidan là phương pháp trị liệu duy nhất của bà ấy. Tôi không thể tin vợ tôi đặt tất cả hy vọng của bà ấy vào Fucoidan.

Trong vòng một tuần, màu phân của bà ấy trở lại bình thường, chắc chắn nó đã động viên bà ấy rất nhiều. Vợ tôi không thể ăn nhiều trong suốt thời gian qua, nhưng sau khi uống Fucoidan bà ấy bắt đầu cảm thấy "đói bụng" và có thể nhặt những thứ lặt vặt xung quanh. Những cơn đau ở bụng cũng giảm dần.

Cứ mỗi tháng trôi qua vợ tôi có vẻ khỏe hơn. Đến tháng thứ 3, tôi khuyến khích bà ấy nên đi kiểm tra ung thư của bà ấy ở bệnh viện. Đơn giản chỉ nhìn bà ấy, tôi có lí do tin rằng vợ tôi đã chiến thắng trong trận chiến chống ung thư. Quá trình kiểm tra tiến hành tốt đẹp, ung thư di căn ở gan đã không còn nữa. Các vùng viêm nhiễm ở phần dạ dày còn lại đã giảm đi đáng kể. Bệnh viện cho biết, các vùng đó đã có thể cắt bỏ dễ dàng, nhưng tất nhiên vợ tôi đã từ chối.

Hai tháng đã trôi qua, và ngày hôm qua bệnh viện đã nói với chúng tôi rằng ung thư đã hoàn toàn biến mất. Tôi tự hỏi, chuyện gì sẽ xảy ra nếu vợ tôi nghe lời bác sĩ và tiến hành giải phẫu. Tôi không dám nghĩ rằng, ung thư có thể sẽ lây lan khắp cơ thể của bà ấy hay bà ấy vẫn nằm liệt giường.

Đó là điều may mắn khi chúng tôi được biết đến Fucoidan, nhưng có lẽ đó cũng chính là sự sắp đặt của thần thánh, để tặng thưởng cho vợ tôi vì bà ấy đã tin vào thực phẩm bổ dưỡng trong nhiều năm qua. Cám ơn Fucoidan, và cũng cám ơn thượng đế.

Phần 1

Ung thư của tôi đã biến mất và được chữa lành, thật cảm ơn Fucoidan!

[Trường hợp 7]

Stomach Cancer Stage 4
(Ung Thư Dạ Dày Thời Kì 4)

Trở về từ ung thư dạ dày không thể thực hiện
phẫu thuật thời kỳ 4.
-- Fucoidan dạy tôi không được tuyệt vọng.

Anh Kazuya Sekikawa, nhân viên văn phòng, 58 tuổi, ở thành phố
Ota-ku, Tokyo, Nhật Bản

Một vùng đen được tìm thấy trên dạ dày của tôi lúc kiểm tra sức khỏe thường niên ở công ty, và tôi phải tiến hành xét nghiệm chuyên sâu. Tôi không hy vọng mình bị ung thư dạ dày thời kỳ 4 nhưng cuộc chẩn đoán gây sốc này, là khởi đầu của cuộc chiến của tôi chống chọi với ung thư. Một phần, đó cũng là lỗi của tôi, vì tôi mặc kệ lời tư vấn của bác sĩ liên quan đến kết quả xét nghiệm ở các cuộc kiểm tra sức khỏe thường niên mấy năm về trước.

Theo lời bác sĩ, các vùng tổn thương ung thư đã xuyên qua màng ngoài dạ dày và lây lan đến niêm mạc bụng. Di căn cũng đã được tìm thấy trong hạch bạch huyết.

Tôi hỏi bác sĩ, có thể có cách điều trị không. Ông trả lời, biện pháp hiệu quả nhất là dùng thuốc trị liệu ung thư. Tôi không tin vào những gì mình vừa nghe, vì tất

cả những gì tôi trải nghiệm chỉ là trường hợp thỉnh
thoảng bị khó chịu ở dạ dày. Tôi đã nhập viện để tìm
kiếm thuốc trị liệu. Thời gian nằm viện rất ngắn, cứ mỗi
bốn ngày tôi sẽ thực hiện một chu kỳ hóa trị. Tôi được
cho xuất viện sau chu kỳ thứ nhất và phải trở lại sau
bốn ngày để thực hiện chu kỳ điều trị tiếp theo.

Quá trình uống thuốc chống ung thư được bắt đầu một
tuần sau khi chẩn đoán. Mặc dù, tôi đã chuẩn bị tinh
thần đối phó với tác dụng phụ, nhưng những tiên đoán
của tôi về sự đau đớn không đi đến đâu và tôi đã "nếm
mùi" đau khổ. Thân nhiệt của tôi giảm đi đột ngột, tôi
cảm thấy như mình được cho nuốt chì. Tôi mất hết vị
giác và buồn nôn liên tục. Tôi cảm thấy lạnh, đặc biệt
ở ngón tay và ngón chân. Tôi còn cảm thấy bắp thịt của
tôi hoàn toàn bị đông cứng.

Kết quả kiểm tra sau chu kỳ đầu tiên cho thấy thuốc
chống ung thư đã hoàn toàn không hoạt động tốt. Bác sĩ
không nói chính xác, nhưng tôi có thể nói, qua sắc mặt
của ông ấy thì mọi chuyện diễn ra không mấy trôi chảy.
Bác sĩ cũng cho tôi xuất viện và khuyên tôi phải kiên
nhẫn chờ đợi đồng thời phải giữ vững tinh thần cho chu
kỳ kế tiếp.

Vợ tôi, ra đón tôi khi tôi về đến nhà và bị sốc khi nhìn
thấy tôi chỉ sau bốn ngày trong bệnh viện, mà khuôn

Phần 1

Ung thư của tôi đã biến mất và được chữa lành, thật cảm ơn Fucoidan!

mặt tôi đã khác hoàn toàn so với lúc trước khi điều trị. Thậm chí, tôi bị sửng sốt khi thấy bản thân tôi trong gương. Tôi nghĩ, tôi có thể sẽ bị "giết chết bởi thuốc kháng ung thư". Tôi mất hết vị giác, tôi chỉ còn một chút ý chí sinh tồn còn sót lại trong tôi.

Trong công ty, tôi không dám nhìn trực tiếp vào mắt các đồng nghiệp. Rồi tôi tư vấn với chủ tịch và xin nghỉ một thời gian. Vì sự có mặt của tôi trong công ty, có lẽ chỉ gây rắc rối cho mọi người xung quanh.

Tôi làm việc cho một công ty được thành lập từ cựu chủ tịch và ba đối tác của ông ấy. Công việc làm ăn tiến triển rất tốt, và đã có 15 người làm. Tuy nhiên, tôi phải thú thật là tôi thường tranh cãi với chủ tịch đương nhiệm, người đã trở thành chủ tịch sau khi chủ tịch sáng lập qua đời (ông ấy là con trai duy nhất của người sáng lập), do sự khác biệt về quan điểm. Dù tôi là giám đốc quản lý của công ty, nhưng tôi biết chủ tịch đương nhiệm luôn muốn khai trừ tôi.

Tôi ghé qua tiệm sách trên đường về nhà. Tình cờ, tôi tìm đến khu vực "Sức khỏe và Y học" và tìm thấy một quyển tạp chí rồi tôi bắt đầu đọc. Tôi đọc qua bài viết về thực phẩm bổ dưỡng gọi là Fucoidan. Tôi nghiền ngẫm bài viết, và những lời tri ân của các bệnh nhân đã đánh bại ung thư nhờ sự giúp đỡ của Fucoidan. Đầu tôi lóe lên một tia hy vọng và tự nhủ không nên bỏ cuộc. Do đó, tôi ghi lại số điện thoại liên lạc.

Tôi thích Mozuku và Mekabu, do đó tôi hay nhờ vợ tôi ưu tiên nấu cho tôi ăn mỗi ngày bên cạnh việc uống Fucoidan. Tôi uống 15 viên hai lần một ngày, khoảng 30 viên mỗi ngày.

Tôi bắt đầu trị liệu khi bệnh trạng của tôi ở mức chưa quá nghiêm trọng. Tuy nhiên, cám ơn Fucoidan vì chứng buồn nôn đã biến mất. Khoảng một tuần, tôi có lại vị giác. Vì mất vị giác nên trước đó tôi đã ép bản thân mình ăn Mozuku và Mekabu, nhưng bây giờ tôi thậm chí có thể ăn lấn sang phần ở dĩa của vợ và các con của tôi.

Các cơn đau ở bụng đã giảm dần và hầu như tôi không còn nhận biết cấp độ của chúng trong vòng một tháng. Đó là khoảng thời gian tôi phải trở lại bệnh viện tiến hành chu kỳ thuốc trị liệu khác. Kiểm tra trước trị liệu cho biết, khối u trong niêm mạc màng bụng đã nhỏ đi đáng kể. Tôi còn cảm thấy bất ngờ, khi thuốc chống ung thư không gây tác dụng phụ nữa. Tôi không còn cảm thấy lạnh ở ngón tay và ngón chân.

Nghĩ lại, tôi có cảm giác âm ấm trong cơ thể kể từ khi bắt đầu uống Fucoidan. Tôi còn nhớ đã tự hỏi liệu tất

Phần 1

Ung thư của tôi đã biến mất và được chữa lành, thật cảm ơn Fucoidan!

cả các thay đổi tích cực này là do Fucoidan.

Tôi xuất viện bốn ngày sau đó và trở về với chế độ điều dưỡng bằng Fucoidan tại gia. Tôi cảm thấy trọng lượng trong cơ thể của tôi tăng lên từng ngày. Khuôn mặt của tôi đã có sức sống. Tôi có thể nói như vậy qua cách nhìn của vợ tôi.

Tôi trở lại làm việc. Bác sĩ căn dặn tôi rằng: "Stress là chất xúc tác của ung thư," do đó tôi bắt đầu thể hiện rõ bản thân mình với chủ tịch. Tôi đã sẵn sàng trở thành một người xấu. Tôi không quan tâm nếu bị đuổi việc.

Tôi chỉ còn cần tiến hành thêm hai chu kỳ thuốc trị liệu, vì hóa trị đã bị hủy bỏ. Sau khi, chu kỳ cuối cùng kết thúc, bác sĩ nói, ung thư đã hoàn toàn thu nhỏ lại. Tôi biết đó là nhờ Fucoidan.

6 tháng đã trôi qua khi Fucoidan trở thành phương pháp trị liệu duy nhất của tôi. Mặc dù, bác sĩ đã bó tay trước ung thư dạ dày của tôi, nhưng bây giờ tôi cũng đã phục hồi ở một mức độ mà tôi có thể dành năng lượng để làm việc trở lại. Tôi cảm ơn Fucoidan đã giữ gìn tôi không được bỏ cuộc.

Stomach Cancer Relapse
(Ung Thư Dạ Dày Tái Phát)

Hồi phục sau khi mổ để loại bỏ ung thư trong dạ dày tái phát! -- Hiệu quả chống ung thư thậm chí làm bác sĩ ngạc nhiên

Chị Kayoko Saraumi, nội trợ, 44 tuổi, ở thành phố Matsuyama, Ehime, Nhật Bản

Sau năm năm kết hôn, tôi bắt đầu cảm thấy đau âm ỉ ở dạ dày. Tôi nhìn qua kệ thuốc, nhưng kết quả tôi đổi ý sử dụng H2 blockers có sẵn ở nhà. Rồi tôi trở nên tin tưởng vào H2 blockers (H2 blockers là thuốc giảm lượng acid tiết ra trong dạ dày)

Trọng lượng cơ thể tôi tăng lên từ 113 pounds đến 143 pounds sau khi sinh em bé, nhưng vấn đề về dạ dày vẫn không được cải thiện. Sau đó, tôi đến gặp bác sĩ chuyên khoa tiêu hóa, họ phát hiện tôi bị ung thư dạ dày thời kỳ 4. Vì phát hiện sớm, u ung thư có thể được loại bỏ bằng nội soi. Tôi nằm viện chỉ hai tuần, rồi được cho xuất viện, điều đó làm tôi tự hỏi liệu đó thật sự có phải là ung thư.

Một năm sau đó, tôi lại cảm thấy đau buốt ở phần eo, rồi bắt đầu sụt cân nhanh chóng mà không cần bất kỳ chế độ ăn kiêng nào. Mặc dù, lần kiểm tra sáu tháng trước không

Phần 1

Ung thư của tôi đã biến mất và được chữa lành, thật cảm ơn Fucoidan!

tìm thấy vấn đề gì, tôi lo lắng có lẽ ung thư đã trở lại. Tôi đến bệnh viện ngay lập tức.

Kết quả chụp CT và nội soi cho thấy ung thư đã tái phát và lây lan sang hạch bạch huyết. Có khả năng cũng đã di căn đến các bộ phận khác. Tất nhiên, tôi nhập viện thêm lần nữa.

Nhanh chóng gọi điện đặt mua Fucoidan. Tôi đã đọc về Fucoidan trước đó và nghĩ rằng tôi có thể sẽ thử chúng, nếu ung thư có trở lại hoặc lây lan.

Fucoidan được gửi đến một ngày trước khi tôi nhập viện. Tôi uống 3 viên một lần, mỗi ngày 2 lần.

Lúc đó, phẫu thuật nội soi không còn có thể thực hiện. Bác sĩ phải cắt và mở bụng của tôi để loại bỏ toàn bộ dạ dày. Họ còn làm thủ thuật cắt bỏ hạch bạch huyết (lynphadenectomy). Tuy nhiên, di căn trong màng bụng và trong lá lách còn quá nhỏ để cắt bỏ.

Sau giải phẫu, tôi tiến hành hóa trị và xạ trị. Tôi chuẩn bị tinh thần cho một số tác dụng phụ từ hóa trị, nhưng tôi đã không bị nhiều ảnh hưởng. Tôi cảm ơn Fucoidan, bởi vì khả năng đè bẹp tác dụng phụ của thuốc chống ung thư, mà tôi đã đọc trên internet. Tôi cũng nhớ một số lời nhận xét từ bệnh nhân đã tăng liều lượng và sẽ thấy được hiệu quả nhanh hơn. Vì vậy, tôi tăng lên thành 5 lần một ngày, ở ngày thứ năm sau giải phẫu và liều lượng lúc đó là 6 viên.

Bác sĩ nói, ông ấy ít khi thấy bệnh nhân ung thư phục hồi nhanh chóng và còn nói thêm, thuốc chống ung thư và xạ trị cũng không thể có hiệu quả này. Tôi kể với bác sĩ về Fucoidan và giải thích lí do tôi đã tin tưởng vào sức mạnh của chúng. Bác sĩ rất ấn tượng và nói, có lẽ một vài bệnh nhân có thể tận dụng lợi ích từ những phương pháp trị liệu thay thế này, bao gồm thực phẩm bổ dưỡng như Fucoidan. Tình trạng của tôi đã được cải thiện nhanh chóng sau đó, trong vòng ba tuần tôi được xuất viện.

Bây giờ tôi ít ăn, vì không còn dạ dày nữa nhưng cân nặng thì không thay đổi nhiều mặc dù đã ăn ít thức ăn. Cân nặng của tôi sụt còn dưới 110 pounds khi trong bệnh viện nhưng nó tăng trở lại còn 120 pounds sau khi về nhà. Và nó đã ổn định và cứ ở mức đó cho đến bây giờ.

Lúc trước, việc đi cầu của tôi rất bất thường, nhưng cám ơn Fucoidan, bây giờ tôi hiếm khi bị táo bón. Ba tháng đã trôi qua kể từ ngày xuất viện, và tôi thấy tôi có sức khỏe tốt mỗi ngày.

Phần 1

Ung thư của tôi đã biến mất và được chữa lành, thật cảm ơn Fucoidan!

[Trường hợp 9]

Esophageal Cancer (Ung Thư Thực Quản)

Đang phục hồi từ ung thư thực quản thời kỳ cuối khi bác sĩ đã bó tay -- Sau một năm sử dụng, Fucoidan đã giúp tôi bình phục

Ông Yasumoto Endo, đã nghỉ hưu, 65 tuổi, ở thành phố Neyagawa, Osaka, Nhật Bản

Khi tôi còn đi làm, tôi rất tự hào về khả năng ăn nhanh của mình. Tôi hay la rầy bọn trẻ khi bỏ ra "từ 30 phút đến 1 tiếng đồng hồ" cho bữa ăn. Triết lý của tôi cuối cùng cũng được chứng minh là sai lầm. Chúng ta không bao giờ biết điều gì sẽ mang đến bất hạnh cho chúng ta sau này. Tôi thích uống rượu, hút thuốc và thức ăn cay, những thứ mà bác sĩ nói là ba nguy cơ gây ung thư thực quản, và tôi chỉ biết điều đó trước khi chẩn đoán đã mắc phải căn bệnh này.

Sau khi nghỉ hưu ở tổng công ty ở tuổi sáu mươi, tôi đã làm việc cho một chi nhánh khoảng hai năm nữa và sau đó trở về quê nhà an hưởng tuổi già. Tuy nhiên, không bao lâu thì tôi bắt đầu bị nghẹt thức ăn trong cổ họng, đặc biệt khi tôi ăn thức ăn cay như Kim Chi hoặc những món dưa chua Hàn Quốc. Tôi không lo lắng nhiều về chuyện đó, khi tôi có thể nuốt chúng xuống với súp Miso mỗi lần như vậy. Nhưng khoảng một năm trước, vào tháng tư, tôi bị nôn khi uống một ngụm súp Miso.

Tôi quyết định đến bệnh viện. Đó cũng là giai đoạn cao điểm vì tôi cảm nhận có chuyện gì đó không ổn, khi trọng lượng cơ thể tôi giảm từ 137 pounds còn 120 pounds.

Tôi làm rất nhiều xét nghiệm trong bệnh viện, bao gồm barium, chụp x-quang, nội soi, MRI, chạy CT, siêu âm và tế bào chẩn đoán (cytodiagnosis). Tôi có thể nói thực hiện những xét nghiệm đó trên cơ thể tôi không phải là trải nghiệm thú vị. Tôi nghi ngờ, có điều đáng ngại kinh khủng sắp xảy ra, vì nếu không có gì, bác sĩ đã không làm nhiều xét nghiệm như vậy. Cuối cùng, họ đã kết luận tôi bị ung thư thực quản giai đoạn cuối.

Nó là bướu biểu mô ác tính đã lây lan đến hạch bạch huyết. Bác sĩ nói, không thể giải phẫu nhưng 1/3 vách thực quản của tôi vẫn còn nguyên vẹn chưa bị lây nhiễm, nên tôi có thể thử hóa trị và xạ trị. Do đó, tôi được nhập viện nhanh chóng.

Tôi bắt đầu bị mắc nghẹn thức ăn thường xuyên hơn, do thực quản bị thu hẹp vì ung thư đang tăng trưởng. Bác sĩ dùng stent để nới rộng thực quản của tôi (stent thực quản được thực hiện bằng cách đặt một ống thông qua thực quản.) Rất không thoải mái, tôi có cảm giác cổ họng bị kéo căng ra. Thức ăn trong bệnh viện thì quá dở, do đó tôi đem các món cay khoái khẩu của mình vào bệnh viện nhằm kích thích vị giác của tôi.

Tuy nhiên, tình trạng của tôi thật sự rất nghiêm trọng. Bác sĩ

Phần 1

Ung thư của tôi đã biến mất và được chữa lành, thật cảm ơn Fucoidan!

thông báo với vợ tôi rằng, họ sẽ cố gắng hết sức vì tôi có lẽ chỉ còn khoảng sáu tháng hoặc lâu hơn. Tất nhiên, họ đã không trực tiếp cho tôi biết. Sau này, khi tôi biết được chuyện này, tôi mới hiểu tại sao lúc đó vợ tôi trở nên rất nuông chìu tôi.

Hoàn thành xong xạ trị tôi chuyển sang hóa trị. Nó thật sự khủng khiếp. Tôi trở nên xanh xao và cơ thể bắt đầu cảm thấy nặng nề. Tuy nhiên, phần tồi tệ nhất là tôi thường bị ợ chua và mất hết động cơ ăn uống. Thật ra, tôi không muốn ăn bất cứ món gì vì lúc nào cũng cảm thấy đầy bụng. Mỗi khi tôi cố nuốt thức ăn trong miệng, cảm giác buồn nôn lại xảy ra và tôi không thể nào nuốt nổi.

Bác sĩ phải dừng hóa trị vì phản ứng phụ quá mạnh và tôi bị suy nhược rõ rệt. Chắc bác sĩ cũng bó tay với tôi rồi. Khi con trai tôi, đứa sống ở Tokyo, cùng với gia đình nó ghé thăm tôi, vào tháng năm, nó mang theo thực phẩm bổ dưỡng có tên gọi "Fucoidan." Nó nói, loại này có tác dụng thúc đẩy tế bào ung thư tự tiêu diệt. Tôi nghĩ, không một lý thuyết nào có thể chữa lành ung thư của tôi được, nhưng tôi nghe lời khuyên của nó và đã thử Fucoidan. Con trai tôi còn nói, nếu tôi uống càng nhiều thì chúng càng hoạt động hiệu quả, nên tôi uống 10 viên mỗi lần, 3 lần một ngày. Một cách nhanh chóng, tôi trải nghiệm những thay đổi tích cực.

Sắc mặt của tôi trở lại bình thường trong vòng mười ngày. Hơn nữa, tôi không còn bị buồn và đã có thể ăn. Một tháng sáu, bác sĩ đề nghị tiếp tục hóa trị. Tôi đã từ chối. Lời đề nghị của bác sĩ rất có thể là dựa trên những cải thiện tốt của bệnh trạng của tôi, nhưng tôi cảm thấy khỏe hơn và không muốn nghe lời ông ấy nữa. Tôi nói: "Tôi sẽ tự trị bệnh tại nhà," và đã xuất viện.

Bằng cách của mình, tôi tự xuất viện mà không cần bác sĩ cho phép. Không kể việc này làm vợ tôi bối rối hoang mang và lo lắng. Nhưng, tôi chắc chắn Fucoidan sẽ có thể chữa lành cho tôi, và sự thật thì tôi cảm thấy khỏe hẳn ra từ tháng mười, tháng mà tôi được dự đoán là sẽ chết theo chẩn đoán đầu tiên. Như là dấu hiệu của sự bình phục, tôi dần dần tăng cân.

Tháng tư vừa qua, một năm sau chẩn đoán ban đầu, tôi đã được tháo stent tại bệnh viện. Bác sĩ nói với tôi rằng tế bào ung thư đã không còn tìm thấy và thực quản của tôi đã hoàn toàn bình thường. Tuy nhiên, bác sĩ còn căn dặn tôi không nên chủ quan phòng ngừa, do đó tôi quyết định bỏ ăn thức ăn cay. Tôi cũng bỏ hút thuốc nhưng vẫn uống chút ít rượu. Ung thư không thể cưỡng đoạt tất cả những thú vui của tôi.

Phần 1

Ung thư của tôi đã biến mất và được chữa lành, thật cảm ơn Fucoidan!

[Trường hợp 10]

Stomach Cancer Proliferate to Esophagus
(Ung Thư Dạ Dày đã lây lan sang Thực Quản)

Ung thư dạ dày và đã lây lan sang thực quản
– Ung thư đã được trừ khử khi không cần nhập
viện!

Anh Keiichi Suzuku, nhân viên văn phòng, 56 tuổi, ở thành phố
Sapporo, Hokkaido, Nhật Bản

Tôi được chẩn đoán là "ung thư dạ dày" cấp tính bốn năm
trước, và kết quả là tôi giải phẫu cắt bỏ 2/3 dạ dày. Sau
phẫu thuật tôi nằm viện khoảng ba tháng để được điều trị
bằng thuốc kháng ung thư.

Tôi thề là sẽ không bao giờ nếm trãi nỗi đau đớn do tác
dụng phụ của thuốc điều trị thêm một lần nào nữa. Do đó,
để ung thư vĩnh viễn không quay trở lại nữa, tôi bỏ hết các
thói quen xấu và bắt đầu ăn thức ăn mà tôi tin là tốt cho
sức khỏe. Tôi nhịn uống bia và chạy bộ hằng tuần.

Một năm về trước, khi tôi hầu như đã quên cơn ác mộng
của ung thư, thì kiểm tra sức khỏe định kỳ lại phát hiện ung
thư. Lần này, nó là "ung thư thực quản" tôi bị đã sốc.

Bác sĩ nói với tôi, ung thư này rất ác tính thuộc dạng
"squamous carcinoma" (u biểu mô có vảy) và không thể loại

bỏ bằng phẫu thuật. Hơn nữa, ông ấy còn nói thêm hầu như phương pháp điều trị có thể trông cậy là thuốc chống ung thư. Một khi ung thư đã lây lan sang tế bào bạch huyết của tôi, tôi đoán rằng di căn cũng sẽ có thể được tìm thấy trong các cơ quan khác.

Tôi được khuyên phải tìm cách điều trị tại bệnh viện, nhưng tôi xin khoảng hai tuần để sắp xếp mọi thứ ở nơi làm việc. Tôi đang nằm trong "danh sách cho nghỉ việc" vì lúc trước đó tôi từng bị ung thư, do đó tôi không thể nào xin nghỉ phép thêm nữa. Tôi chỉ còn lại hai mươi ngày phép.

Nếu công ty biết được chuyện tôi bị tái phát ung thư, thì chắc chắn họ sẽ đuổi việc tôi. Mặc khác, tôi không thể làm bất cứ điều gì khác vì một khi tôi bắt đầu trị liệu bằng thuốc, họ sẽ biết được thông qua những tài liệu mà công ty bảo hiểm cung cấp, liên quan đến việc tôi đang sử dụng thuốc chống ung thư. Đó là điều không cho phép tôi tiết lộ bệnh trạng của mình.

Tôi về nhà và ngồi trước máy tính của mình. Sau một vài cuộc tìm kiếm trên mạng tôi phát hiện giải phẫu, xạ trị và hóa trị không phải là cách điều trị duy nhất. Còn có các phương pháp trị liệu thay thế chẳng hạn như: Chikon, thực phẩm bổ dưỡng, thuốc bắc và thảo mộc, tất cả đều được sử dụng rộng rãi ở Hoa Kỳ và nhiều nơi khác nhằm điều trị bổ sung thêm cho thuốc Tây y truyền thống. Trang mạng liệt kê rất nhiều loại thực phẩm bổ dưỡng được dùng như phương pháp trị liệu ung thư thay thế. Trong những loại đó, Fucoidan tạo được ấn tượng trong mắt tôi.

Tôi nghĩ, Fucoidan sẽ có thể giúp tôi chữa lành ung thư mà không cần phải nói cho công ty tôi biết. Tôi cảm thấy như tôi đã tìm thấy một tia hy vọng.

Bước đầu tiên, tôi quyết định uống Fucoidan cho đến khi tôi được bệnh viện cho nhập viện. Tôi uống 20 viên một ngày, chia làm 4 lần trước khi ăn sáng, ăn trưa, ăn tối và trước khi đi ngủ. Các viên nang rất tiện dụng vì tôi có thể mang theo mọi lúc mọi nơi. Tôi có thể uống chúng trước mặt các đồng nghiệp, và họ cứ tưởng là tôi uống "thuốc bổ" như tôi từng nói như vậy với họ. Do chỉ còn lại 1/3 dạ dày nên mỗi lần ăn tôi chỉ có thể ăn một phần nhỏ. Rồi tôi tập thói quen ăn ba lần một ngày. Nhưng thật ra, một khi dạ dày của tôi không còn hoạt động hiệu quả nữa thì vị giác của tôi trở nên rất kém.

Trước ngày tôi nhập viện, tôi đơn giản tiến hành kiểm tra tại bệnh viện. Thật ngạc nhiên, bác sĩ nói: "Tôi phải tiến hành nhiều xét nghiệm nữa để tìm ra chi tiết, nhưng có vẻ như khối u ung thư thực quản của anh đã trở nên nhỏ hơn. Mức đánh dấu khối u cũng đã đi xuống." Ông còn nói, có lẽ tôi

có thể không cần
điều trị nội trú.
Một cách nhanh
chóng, tôi nói tôi
muốn ở nhà. Tôi
muốn điều trị
ngoại trú và kết
hợp với liệu pháp
Fucoidan.

Đương nhiên, bác sĩ bác bỏ quyết định của tôi, nhưng tôi
khăng khăng đòi. Sau một vài tranh luận, cuối cùng bác sĩ
cũng nhượng bộ và đồng ý rằng tôi có thể về nhà. Mặc khác,
khi tôi từ chối lời khuyên của bác sĩ thì tất cả trọng trách
chữa bệnh của tôi đều phải do tôi đảm trách. Tôi là người
chịu trách nhiệm, bởi vì đó là cơ thể của tôi và tôi phải chăm
sóc bản thân mình.

Tôi bắt đầu kết hợp trị liệu trong khi tiếp tục làm việc. Tôi
từ chối càng nhiều càng tốt những lời mời từ các doanh nghiệp
và những cuộc giải trí liên quan đến bia rượu. Tôi cũng đã
cẩn thận không làm quá mệt và cố gắng ngủ đủ. Tôi không
cần phải giải thích với bạn rằng vợ tôi đã hỗ trợ tôi rất nhiều.

Sáu tháng sau khi tôi bắt đầu uống Fucoidan, tôi thực hiện
xét nghiệm trong một bệnh viện khác. Họ tìm thấy dấu vết

của khối u nhưng không thấy có vấn đề gì nghiêm trọng và cũng không có di căn. Tôi đã tin rằng tôi đã đánh bại ung thư và ngày đó, ngàn cân đã được trút khỏi đôi vai của tôi.

Tôi vẫn uống Fucoidan đều đặn. Mười ba tháng đã qua từ khi tôi chẩn đoán tái phát bệnh. Tôi giảm liều dùng hằng ngày từ 20 viên còn 12 viên, nhưng tôi tất nhiên sẽ tiếp tục uống Fucoidan cho đến cuối cuộc đời tôi. Tôi không bao giờ muốn bị ung thư và phải trãi qua thử thách thêm một lần nào nữa! Tôi vẫn hay bị stress trong công việc nhưng tôi chỉ còn bốn năm nữa cho đến lúc nghỉ hưu. Tôi nghĩ, tôi sẽ có thể rời công ty trong tình trạng sức khỏe tốt.

Colorectal Cancer (Ung Thư Đại Trực Tràng)

**10 năm đối đầu với ung thư
— Fucoidan giúp tôi là người chiến thắng sau cùng**

Anh Kinji Sekimoto, nhân viên công ty, 54 tuổi, ở thành phố Kita-ku,
Tokyo, Nhật Bản

Tôi đã chống chọi với ung thư mười năm trước. Tôi muốn chúc mừng bản thân tui đã đánh một trận hay mà không đầu hàng.

Mọi chuyện bắt đầu vào năm 1992, khi tôi còn đang làm việc tại văn phòng của công ty tôi ở Hong Kong. Tôi bị táo bón và cảm thấy có gì đó không ổn trong bụng tôi, nhưng tôi quá bận rộn để đi đến bệnh viện. Hơn nữa, tôi cũng ngại khi thực hiện xét nghiệm ở bệnh viện địa phương do bất đồng ngôn ngữ giao tiếp. Tôi nghĩ nó chỉ đơn giản là bệnh táo bón. Tuy nhiên, cảm giác kỳ lạ trong bụng không dứt, thậm chí còn xảy ra thường xuyên. Mỗi lần đi cầu, tôi thường cảm thấy không hoàn toàn thải hết tất cả ra ngoài

Tháng mười một năm đó, tôi đi cầu ra máu. Nhưng tôi không bị bệnh, tôi đã rất lo sợ. Tôi biết được bác sĩ người Nhật, từ một người bạn giới thiệu và đã tiến hành xét nghiệm với

Phần 1

Ung thư của tôi đã biến mất và được chữa lành, thật cảm ơn Fucoidan!

ông ấy. Kết quả cho biết, tôi bị ung thư đại trực tràng.

Bác sĩ đã cắt bỏ khối u và các hạch bạch huyết xung quanh. Ung thư rõ ràng đã lây lang sang hạch bạch huyết, do đó bác sĩ cho biết có xác suất rất cao về tái phát hoặc di căn và tôi còn ít nhất 20% cơ hội sống lâu hơn năm năm. Tôi ngạc nhiên, bởi sự thẳng thắn của ông ấy, vì bệnh nhân ung thư ở Nhật Bản không bao giờ được biết bệnh trạng của họ.

Tôi trở về Nhật một năm sau đó, nhưng công việc càng trở nên căng thẳng hơn. Năm 1995, tôi phát hiện ung thư đã lây lan sang ruột già và gan, nên tôi phải tiến hành phẫu thuật để loại bỏ chúng. Trong vòng một năm, tôi bị tái phát ở gan. Lúc đó, tôi đã không nói nên lời khi bác sĩ cho tôi biết về di căn.

Vào thời điểm đó, bác sĩ cho biết, tôi có thể mất mạng trong khoảng thời gian sắp tới. Sau hai năm - năm 1998 - khám nghiệm cho thấy có tổn thương ung thư trong phổi. Ung thư đã di chuyển dần dần vào trung tâm của cơ thể và tôi chuẩn bị chờ chết. Nhưng họ có thể cứu sống tôi một lần nữa bằng cách cắt bỏ một phần phổi phải. Tôi thật sự có rất nhiều may mắn.

Trong suốt quá trình tôi chống chọi với ung thư, tôi đã phải làm phẫu thuật cắt bỏ các tổn thương ung thư nhiều lần vì tôi muốn tránh xạ trị và hóa trị bất cứ khi nào có thể. Nếu bác sĩ có thể lấy ung thư ra ngoài, điều đó là tốt nhất. Khi đang nằm viện, tôi thấy bệnh nhân khác ở cùng phòng của tôi đang thực hiện xạ trị và hóa trị. Chỉ cần nhìn họ chịu khổ sở, tôi tự nhủ tôi không bao giờ muốn làm giống như họ. Tôi thầm nghĩ, "nếu tôi được chẩn đoán là ung thư không thể phẫu thuật, có lẽ cuộc đời tôi đã kết thúc."

Nỗi sợ tồi tệ nhất của tôi cũng đã đến vào tháng bảy năm ngoái, khi bác sĩ tìm thấy ung thư không thể cắt bỏ trong phổi và ruột già của tôi. Tổn thương trong phổi quá gần với tim để có thể giải phẫu, do đó hóa trị là lựa chọn duy nhất còn lại. Tôi có cảm giác cuộc đời của tôi đã chấm dứt. Đó là giai đoạn cao điểm, từ khi tôi bị đâm thọc, xét nghiệm, hút máu và cắt mở nhiều lần thì cơ thể của tôi như đã bị chia ra thành từng mảnh.

Sau đó, một trong những cấp dưới của tôi mang cho tôi Fucoidan được làm từ Mozuku và Mekabu, chúng được cho rằng có thể điều trị ung thư mà không có phản ứng phụ. Tôi cười nhạo lời khuyên của anh ấy và nói, nó nghe có vẻ quá tốt để cho là đúng. Tuy vậy, tôi trở nên tò mò và quyết định uống thử. Tôi uống 25 – 30 viên mỗi ngày, tùy vào tình trạng của tôi. Tôi bí mật hy vọng rằng tôi không cần phải ở trong bệnh viện nếu Fucoidan có tác dụng.

Chỉ còn 3 tuần trước khi nhập viện. Mỗi ngày,

Phần 1

Ung thư của tôi đã biến mất và được chữa lành, thật cảm ơn Fucoidan!

tôi uống nhiều viên hơn, tôi mong muốn được phục hồi nhanh chóng. Cuối cùng, khi nhập viện, tôi tiến hành xét nghiệm trước khi giải phẫu thì phát hiện ung thư đã giảm kích thước.

Tôi nói với bác sĩ về Fucoidan không chút ngần ngại và sau đó xin ông ấy cho tôi về nhà. Bác sĩ tham khảo quyển sách kềnh càng và một vài tư liệu và nói: "Có, có hiệu lực chống ung thư khi thử nghiệm trên động vật, nhưng với cương vị là một bác sĩ tôi đặc biệt đề nghị anh ở lại bệnh viện và áp dụng điều trị."

Tuy vậy, nhưng tôi đã quyết định như vậy. Tôi rời bệnh viện một phần bằng vũ lực, vì hiệu quả tích cực chống ung thư của Fucoidan đã được thấy rõ. Tôi tiếp tục uống Fucoidan và vào tháng thứ năm tôi hoàn toàn "xóa sạch hóa đơn sức khỏe." Tôi được chẩn đoán ung thư rất nhiều lần, nhưng lần này là lần đầu tiên tôi có thể chữa trị nó mà không cần giải phẫu. Tôi đã rất vui sướng.

Tôi nghĩ tôi có gen ung thư, nhưng tôi có thể đánh bại gen đó duy nhất bằng cách uống Fucoidan. Ung thư có thể sẽ trở lại hoặc lây lan bất cứ lúc nào, nhưng tôi không muốn trải qua thử thách này thêm một lần nào nữa. Đây là lí do tại sao tôi tiếp tục uống Fucoidan.

[Trường hợp 12]

Terminal Colorectal Cancer
(Ung Thư Đại Trực Tràng thời kỳ cuối)

Fucoidan điều trị ung thư thậm chí đó là thời kì cuối! – Hiệu quả chống ung thư gây ấn tượng mạnh đối với bác sĩ

Bà Yuriko Hamuro, làm nội trợ, 71 tuổi, ở thành phố Ito, Shizuoka, Nhật Bản (Lời khen tặng từ con trai bệnh nhân)

Hai năm trước, mẹ tôi đột nhiên nói muốn đi đến bệnh viện. Tình trạng của bà ấy chắc là rất trầm trọng vì mẹ tôi rất ghét phải bệnh viện. Bà nói bà bị tiêu chảy không ngừng. Vẻ hồng hào trên mặt bà đã biến mất và trọng lượng cơ thể bà ấy giảm 18 pounds. Có vẻ như hành động đơn giản là đứng dậy cũng gây đau đớn cho bà.

Theo mẹ tôi đến bệnh viện, bà ấy quá yếu và nằm liệt giường. Do đó, tôi đi nhận kết quả chẩn đoán thay cho bà ấy. Kết quả chẩn đoán là ung thư đại trực tràng thời kỳ cuối. Theo ý kiến của bệnh viện thì mẹ tôi "có lẽ còn sống khoảng 5 tháng nữa" và sẽ "không thể ăn Tết." Ung thư tất nhiên đã lan rộng đến gần phúc mạc, nên họ yêu cầu mẹ tôi nhập viện. Ông ấy còn cho biết thêm, ung thư sẽ nhanh chóng lan rộng ra toàn bộ cơ thể bà ấy và sẽ gây đau đớn không thể chịu đựng được.

Do đó, tôi muốn mẹ tôi trút hơi thở cuối cùng tại nhà. Tôi còn

Phần 1

Ung thư của tôi đã biến mất và được chữa lành, thật cảm ơn Fucoidan!

nghĩ, bà ấy sẽ rất ghét phải ở lại bệnh viện. Và tôi không nói mẹ tôi biết về kết quả chẩn đoán của bà ấy. Tôi biết, nếu nói cho mẹ tôi biết rằng bà ấy bị ung thư thời kỳ cuối, chắc chắn bà ấy sẽ bệnh nặng hơn. Bên cạnh việc không nói sự thật thì ngoài ra tôi cũng không biết phải làm gì.

Khi tôi hỏi ý kiến của vợ tôi, vợ tôi đề nghị cho mẹ tôi uống Fucoidan, một loại thực phẩm bổ dưỡng. Vợ tôi đã biết được chúng trên tạp chí phụ nữ, trong đó nói rằng chúng rất hiệu quả trong điều trị ung thư. Tôi không chắc cho lắm, nhưng chúng tôi quyết định thử Fucoidan. Nói cho cùng, thì đâu cách nào chúng tôi có thể làm.

Mẹ tôi từ chối uống Fucoidan ngay từ đầu, nhưng chúng tôi ép bà ấy uống, bằng cách nói với bà ấy rằng chúng sẽ tốt cho cơ thể bà. Mẹ tôi uống 10 viên mỗi ngày. Vào thời điểm đó, mẹ tôi chắc cũng có chút phỏng đoán rằng bà ấy bị ung thư.

Trong vòng hai tuần, mẹ tôi có lại vị giác và làn da khô ráp của bà ấy đã có thay đổi tốt. Màu da của bà ấy trở lại hồng hào có vẻ như sự tuần hoàn máu của bà ấy đã trở lại. Trước đó, mẹ tôi chỉ có thể ăn súp và mì, nhưng sau khi uống Fucoidan bà ấy bắt đầu ăn cá và rau quả tiềm.

Bà ấy trở nên khỏe dần mỗi ngày. Nhưng cảnh báo của bác sĩ về chuyện mẹ tôi có thể không thể ăn Tết đã tạo thành một bóng đen u tối trong tâm trí tôi. Sau tháng mười, sự phục hồi của mẹ tôi bắt đầu tăng tốc. Tháng mười hai đến và đi, đến tháng một mẹ tôi đã có thể hưởng thụ việc đi dạo một mình. Tôi thật ngạc nhiên và muốn mẹ tôi trở lại bệnh viện làm chẩn đoán chuyên sâu.

Mẹ tôi không muốn đến bệnh viện, nhưng tôi đã thuyết phục bà ấy và khuyên can mẹ tôi tiến hành xét nghiệm, bác sĩ nói với chúng tôi với giọng ngạc nhiên: "Tôi không tin rằng ung thư đã hoàn toàn biến mất!" Tôi không bao giờ quên được vẻ hạnh phúc trên gương mặt mẹ tôi.

Một năm đã trôi qua, và mẹ tôi vẫn có sức khỏe tốt. Vợ tôi cũng bắt đầu làm việc bán thời gian, do đó, một mình mẹ tôi phụ trách bữa ăn tối cho cả gia đình, từ đi chợ cho đến nấu nướng. Bà ấy nấu rất nhiều món ăn từ rong biển, và chúng tôi ăn Mozuku và Mekabu hầu như mỗi ngày. Than phiền duy nhất của tôi là phải ăn hết Mekabu và Mozuku để mẹ tôi khỏi phải thuyết giáo rằng "con đã quên chuyện gì đã xảy ra với mẹ rồi chăng."

Phần 1

Ung thư của tôi đã biến mất và được chữa lành, thật cảm ơn Fucoidan!

[Trường hợp 13]

Rectal Cancer (Ung Thư Trực Tràng)

Một người nữ độc thân chiến thắng ung thư trực tràng – Fucoidan điều trị ung thư, thậm chí không cần phải nhập viện,

Chị Tomie Yamaoka, nhân viên thiết kế, 33 tuổi, ở thành phố
Kawasaki, Kanagawa, Nhật Bản

Tuy là nhân viên thiết kế của một công ty thiết kế, nhưng tôi chủ yếu giúp đỡ các kiến trúc sư cấp cao. "Giúp đỡ" ở đây có nghĩa là làm công việc văn phòng, nên tất nhiên tôi phải ngồi cả ngày. Tôi hơi béo một tí, nhưng tình trạng sức khỏe thì bình thường. Điều phiền lòng duy nhất của tôi là làn da sần sùi và căn bệnh trĩ. Tôi thường bị táo bón và thỉnh thoảng không thể đi cầu trong suốt một tuần.

Bệnh trĩ của tôi đau trở lại vào tháng ba năm nay. Thời tiết lạnh đầu xuân có lẽ làm cho tình trạng của tôi trở nên trầm trọng hơn. Tôi sử dụng thuốc nhét để giảm đau nhưng máu không ngừng chảy. Máu có màu đỏ sậm. Tôi chưa bao giờ bị chảy máu trước đây, do đó tôi rất lo sợ. Không lâu sau, cơn đau biến mất và tôi quên hết mọi chuyện.

Dù vậy, đến tháng năm, sau khi xét nghiệm ung thư ung thư trực tràng, một phần của việc kiểm tra sức khỏe hằng năm, tôi được yêu cầu tôi phải tiến hành kiểm tra chuyên sâu. Xét nghiệm chuyên sâu về ung thư ruột là một chuyện mà không người phụ nữ nào cảm thấy thú vị.

Bác sĩ chèn ngón tay vào hậu môn và tìm kiếm khối u. Sau khi xét nghiệm, bác sĩ nói có lẽ tôi bị ung thư trực tràng giai đoạn đầu. Kết quả nội soi xác định là khối u ác tính. Do ung thư của tôi là giai đoạn đầu tăng trưởng, nên khối u không đủ để tiến hành phẫu thuật nội soi. Bác sĩ sẽ tiến hành phẫu thuật mở màng bụng để cắt bỏ một phần ruột của tôi.

Tất cả những gì tôi có thể nghĩ là tôi đã bị ung thư. Mọi thứ diễn ra quá nhanh và tôi không biết phải làm sao. Tôi đang phụ trách một dự án lớn và quy mô có tính chất quyết định tôi có thể trở thành một trong những thành viên của tổng hội các chuyên gia thiết kế chuyên nghiệp. Nhưng phẫu thuật thì có nghĩa là tôi phải từ bỏ tất cả. Vì lẽ đó, tôi thỉnh cầu bác sĩ cho tôi ba tháng, trước khi nhập viện tiến hành giải phẫu. Bác sĩ không vui với quyết định của tôi nhưng cuối cùng ông cũng kê toa cho tôi vài loại thuốc uống để ngăn ngừa không cho ung thư tiếp tục tăng trưởng.

Ngày hôm đó, tôi đã hỏi ý kiến của giám đốc công ty về rắc rối mà tôi đang mắc phải. Sau đó, ông ấy đề nghị tôi uống Fucoidan. Giám đốc của tôi nói, ¾ bao tử của ông đã

Phần 1

Ung thư của tôi đã biến mất và được chữa lành, thật cảm ơn Fucoidan!

bị cắt bỏ bởi ung thư và ông đang uống Fucoidan để tránh tái phát và di căn.

"Công việc này gây quá nhiều stress lên bao tử và đường ruột của tôi" ông nói. "Do đó, bây giờ khi cô bị ung thư, tôi nghĩ cuối cùng thì cô cũng đã trở thành một kiến trúc sư chính thức." Câu nói đùa của ông ấy đã ủng hộ tinh thần của tôi.

Tôi nhanh chóng mua Fucoidan để bắt đầu tiến hành trị liệu. Tôi uống 4 viên một lần, 3 lần mỗi ngày. Tôi uống đều đặn theo chỉ dẫn và không bỏ xót ngày nào. Trong vòng hai tuần lễ, tôi thật sự ngạc nhiên vì chứng táo bón kinh niên của mình đã không còn nữa. Da của tôi bớt sần sùi thậm chí còn mịn màng hơn trước. Tôi biết chắc đó không phải  do các loại mỹ phẩm mà tôi đang dùng vì phần da cổ và da lưng cũng trở nên mịn màng hơn trước.

Những thay đổi có lợi đó, phần nào thúc đẩy tôi tiếp tục uống thuốc. Vào lúc này tôi cũng bắt đầu ngưng uống thuốc tây theo toa của bệnh viện. Đối với dự án thiết kế, sau khi qua hai ba lần chọn lọc, nó cũng đã được khách hàng chấp nhận. Bạn không thể nào tưởng tượng nổi trong lòng tôi cảm thấy nhẹ nhõm như thế nào, nhưng rất tiếc là tôi không thể nào tận hưởng cảm giác hạnh phúc đó lâu hơn được. Ngay sau khi dự án kết thúc, tôi lại phải đối đầu với ung thư. Tôi nhận được giấy yêu cầu quay trở lại kiểm tra ở bệnh viện. Ngoài nội soi tôi còn phải thực hiện soi rơngen ruột bơm thuốc cản quang (irrigoscopy), đó là sự soi ruột bằng cách cho một ống thông nhỏ đi vào hậu môn để có thể chụp hình X-quang. Kết quả, thật sự rất khả quan, mặc dù dấu vết của khối u vẫn còn đó nhưng ung thư đã biến mất.

Bác sĩ nói toa thuốc mà ông kê có thể đã có tác dụng. Tôi im lặng không nói gì và chỉ biết mỉm cười. Tôi biết chắc chắn rằng chính Fucoidan đã tiêu diệt ung thư. Thật cảm ơn Fucoidan, tôi không cần phải nhập viện để tiến hành trị liệu hay phẫu thuật.

Sức khỏe của tôi đã trở nên tốt hơn từng ngày. Một ngày kia, tôi được xem đoạn phim tài liệu trên đài truyền hình được gọi là "Hakkutsu! Aru Aru Daijiten (Hãy khám phá! Giải mã về những điều bạn chưa hề biết)," đã từng đề cập đến đặc tính có ích của Fucoidan. Họ đã giải thích làm thế nào Fucoidan đã giúp chữa trị nhiều căn bệnh hiểm nghèo khác nhau, bao gồm cả bệnh ung thư. Tôi cảm thấy tự hào vì mình được coi chương trình này. Tương tự như, "Vâng, tôi biết. Tôi đã và đang uống chúng!"

Tôi vẫn tiếp tục uống Fucoidan đều đặn. Mặc dù, liều dùng đã giảm xuống chỉ còn 6 viên một ngày, nhưng tôi không còn bị trĩ và táo bón. Tôi cũng không còn bị mụn và khô nứt da nữa. Tôi biết chắc là tôi càng ngày càng xinh đẹp hơn trước (vậy mà, sao tôi vẫn chưa có người theo đuổi?) Dù sao đi nữa, tôi rất thích công việc của mình đang làm, do đó cuộc sống độc thân cũng không đến nỗi tệ trong lúc này. Tất nhiên, tôi không giận bạn nếu bạn nghĩ tôi là người đỏng đảnh và chanh chua.

Liver Cancer (Ung Thư Gan)
Pancreatic Cancer (Ung Thư Tuyến Tụy)
Kidney Cancer (Ung Thư Thận)
và Gallbladder Cancer (Ung Thư Túi Mật)

[Trường hợp 14]

Liver Cancer (Ung Thư Gan)

Viêm gan C có nguy cơ biến tính thành ung thư gan – Fucoidan cứu tôi thoát khỏi "lưỡi hái" tử thần

Anh Tetsuaki Okamoto, chủ cửa hàng xe cũ, 51 tuổi, ở thành phố Yonkaido, Chiba, Nhật Bản

Tôi bắt đầu hay mệt mỏi vào khoảng tháng mười một năm ngoái. Do đó, tôi đi kiểm tra ở bệnh viện nơi bạn tôi làm việc. Bác sĩ phát hiện tôi bị "viêm gan siêu vi C" và đã biến tính thành viên gan mạn tính. Nồng độ huyết thanh của tôi là 3.1g/dl và nồng độ cholinesterase là 0.8. Bác sĩ nói, tôi chắc chắn sẽ có nguy cơ bị ung thư gan nếu không chữa trị.

Nguyên nhân duy nhất của viên gan siêu vi C mà tôi đoán là quá trình truyền máu lúc tôi học đại học. Dù chuyện đó

Phần 1

Ung thư của tôi đã biến mất và được chữa lành, thật cảm ơn Fucoidan!

đã hơn 30 năm rồi và tôi không nghĩ ra tại sao bây giờ nó mới bộc phát.

Tôi được giới thiệu sang bệnh viện đa khoa, nơi tôi thực hiện trị liệu interferon để đẩy hết virus viêm gan siêu vi C ra ngoài cơ thể. Tôi đã đến bệnh viện mỗi tuần để tiếp tục trị liệu, nhưng tình trạng của tôi không hề được cải thiện. Mặc khác, phản ứng phụ của interferon làm tôi buồn nôn trước và sau khi ăn. Chứng vàng da cũng đã xuất hiện.

Tôi được chẩn đoán là bị ung thư gan vào cuối tháng năm dựa theo kết quả xét nghiệm tôi nhận được trước khi hoàn thành interferon. Thật ra, ít nhất mười ba vùng tổn thương ung thư hiển thị rõ ràng trên phim X-quang. Bác sĩ nói, mặc dù những tổn thương ở giai đoạn đầu, nhưng chức năng gan của tôi đã suy giảm trầm trọng nên không thể nào giải phẫu để loại những tổn thương đó. Cấy ghép gan là lựa chọn duy nhất. Tôi không đồng ý với lời đề nghị của bác sĩ, tôi thậm chí rất nóng giận. Tôi đã bỏ ra gần sáu tháng để trị liệu theo như lời bệnh viện đề nghị, và hãy nhìn xem chuyện gì đã xảy ra! Tôi tìm kiếm phương án thứ hai ở bệnh viện khác ở thành phố Chiba, nhưng kết quả cũng như cũ. Họ cũng chẩn đoán là tôi bị ung thư gan.

Bệnh viện chuyên khoa này khuyên tôi nên thử phương pháp điều trị khác như tiêm alcohol, radio-frequency··· để giết chết tế bào ung thư. Tuy nhiên, tôi phải đợi khoảng hơn một tháng nữa trước khi có giường trống.

Tình trạng của tôi xấu đi một cách nhanh chóng trong thời gian chờ đợi. Tôi bắt đầu bị sưng cổ trướng và tiêu chảy liên tục. Tôi bị sụt cân thấy rõ.

Tôi quản lý một cửa hàng bán xe cũ. Sau khi bắt đầu điều trị ung thư, tôi hoàn toàn không thể làm việc. Tôi chủ yếu chịu trách nhiệm về khâu thu gom các loại xe. Từ khi tôi không thể đi đấu giá, thì nguồn cung cấp xe giảm đi đáng kể. Tôi có thể là nguyên nhân mang đến nhiều rắc rối cho công ty. Hai đối tác của tôi nói tôi không cần phải lo lắng, tôi phải khỏe lại trước đã. Tuy nhiên, những lời đó chỉ làm tôi thêm hổ hẹn. Cửa hàng năm năm tuổi của chúng tôi, cuối cùng cũng đã làm ra tiền, nhưng vòng quay tiền mặt vẫn còn rất căng và chúng tôi có thể sẽ phá sản nếu có chuyện gì bất trắc xảy ra. Hơn nữa, tôi lại không thể làm gì để cải thiện tình trạng này.

Một ngày nọ, một người ở đại lý khác, người mà chúng tôi có mối liên kết làm ăn chặt chẽ đã giới thiệu với tôi Fucoidan. Người ấy chỉ nói, nó là thực phẩm dinh dưỡng tốt cho bệnh nhân ung thư. Không hoàn toàn tin tưởng nhưng tôi cũng bắt đầu uống Fucoidan.

Tôi nhận thấy nếu tôi uống càng nhiều thì càng hiệu quả. Vì lẽ đó, tôi uống 4 viên một lần, 4 lần mỗi ngày, vào lúc

Phần 1

Ung thư của tôi đã biến mất và được chữa lành, thật cảm ơn Fucoidan!

9h sáng, 2h trưa, 7h chiều và 11h tối. Vì Fucoidan là hợp chất tự nhiên không có phản ứng phụ, nên tôi không ngại uống với liều lớn. Chỉ trong vòng một tuần, tôi ngừng bị tiêu chảy.

Đến ngày thứ hai mươi, chứng vàng da biến mất một cách kỳ lạ. Lúc đó, tôi bắt đầu cảm thấy đói bụng. Tôi cảm thấy tôi khỏe dần từng ngày.

Thậm chí tôi đã trở lại cửa hàng và giúp làm vài việc văn phòng. Tôi muốn cố gắng hết sức để có thể giúp cửa hàng, trước khi nhập viện. Hai đối tác của tôi đã rất thận trọng để tránh làm tôi bị stress, nhưng sau một thời gian họ nhận thấy tôi có vẻ khỏe mạnh hơn dự định.

Khi bệnh viện thông báo với tôi họ có giường trống, tôi đã uống Fucoidan được khoảng năm tuần. Tôi trở nên căng thẳng khi nghĩ về cuộc giải phẫu sắp tới, nhưng tôi không thể làm gì cả. Tôi làm thủ tục nhập viện.

Lúc đó, tôi đã cảm nhận sức mạnh thật sự của Fucoidan. Bác sĩ nói với tôi rằng ung thư đã giảm so với lần xét nghiệm trước. Chỉ còn lại ba tổn thương, nhưng chức năng gan cũng đã được cải thiện và những tổn thương bây giờ có thể loại bỏ bằng giải phẫu.

Tôi gặp khó khăn trong việc lựa chọn, không phải bác sĩ

đưa ra cho tôi những chọn lựa khó khăn mà vì tôi không chắc, liệu tôi phải tiến hành giải phẫu hay tiếp tục trị liệu bằng Fucoidan. Sau khi đắn đo suy nghĩ, tôi quyết định chọn Fucodan. Tôi giải thích với bác sĩ rằng tôi đã uống Fucoidan và xin phép ông ấy cho tôi tiếp tục điều trị bằng cách này, vì chúng có thể giúp tôi chữa trị ung thư mà không cần phải giải phẫu.

Bác sĩ rất ngạc nhiên, nhưng ông ấy không thể thẳng thừng phủ nhận hiệu quả của phương pháp trị liệu thay thế như thực phẩm bổ dưỡng. Ông ấy đề nghị, tôi kết hợp thuốc kháng ung thư và Fucoidan. Tôi làm theo lời khuyên của ông ấy và bắt đầu thói quen điều trị. Sự thật là một khi tôi không cần phải ở trong bệnh viện làm cho quyết định của tôi dễ dàng hơn.

Lúc trước, khi tôi được cho biết cấy ghép gan là lựa chọn duy nhất, tôi cảm thấy cuộc đời tôi đã chấm hết. Tôi không còn gì để mất nên chỉ biết tin vào quyết định của bản thân tôi và lời khuyên của bác sĩ.

Tôi xuất viện chỉ sau ba ngày, đối tác của tôi nghĩ bệnh viện đã bó tay với tôi. Nhưng từng ngày trôi qua, họ theo dõi tôi phục hồi, và cảm thấy nhẹ nhõm. Tôi vui mừng khi nhìn thấy không khí vui vẻ đã trở lại cửa hàng.

Tôi trở lại bệnh viện một tháng một lần để kiểm tra. Chức

Phần 1

Ung thư của tôi đã biến mất và được chữa lành, thật cảm ơn Fucoidan!

năng gan của tôi đã phục hồi, và số lượng tiểu cầu tăng lên khoảng 120,000 hoặc nhiều hơn. Những con số đó tiếp tục tăng lên trong mỗi lần xét nghiệm.

Sáu tháng trôi qua, nguy cơ tôi bị xơ gan không còn nguy ngập nữa. Bác sĩ chắc chắn với tôi rằng ung thư của tôi đã hoàn toàn biến mất. Bây giờ, tôi có thể đi ra ngoài và uống bia với bạn bè của tôi. Mặc dù, tôi chỉ có thể uống một chai bia nhưng nhìn những bọt bia kia, nhắc nhở tôi rằng tôi vẫn còn sống. Tôi chỉ uống 10 viên Fucoidan mỗi ngày, tuy đã giảm liều dùng nhưng tôi không còn ung thư nữa.

Liver Cancer (Ung Thư Gan)

Hoàn toàn bình phục từ ung thư gan thời kỳ cuối -- Fucoidan gây ra cơ chế tự tiêu diệt tế bào ung thư

Ông Seizaburo Tonoyama, đã nghỉ hưu, 72 tuổi, ở thành phố Ohfunato, Iwate, Nhật Bản (lời khen tặng từ con gái bệnh nhân)

Cha tôi thường xuyên uống rượu rất nhiều. Thuở nhỏ, tôi cũng thường chứng kiến thói hư tật xấu của ông khi say xỉn. Đó chính là lí do tại sao tôi ghét rượu bia. Tôi nhớ lại sự hy sinh cao cả của mẹ tôi, là người đã luôn chăm sóc cho ông chồng hủ chìm của mình. Tôi nghĩ nguyên nhân chính làm cho mẹ tôi qua đời trước tuổi 50 là do khủng hoảng tinh thần mà người cha ghiền rượu của tôi đã gây ra.

Vì tôi là con một, nên tôi đã đưa cha về sống chung sau khi mẹ tôi qua đời và tôi bắt đầu chăm sóc ông ấy từ đó. Điều may mắn là tôi được sự ủng hộ của chồng mình.

Khả năng tiêu thụ rượu trong cơ thể cha tôi có dấu hiệu tuột giảm đáng kể, khi ông bắt đầu bước vào tuổi sáu mươi. Tôi nghĩ chức năng gan của ông đã có vấn đề từ lâu. Kế đến, ông phải chịu đựng căn bệnh viêm gan cấp tính và sau đó nó chuyển sang viêm gan mạn tính. Trong trường hợp này,

Phần 1

Ung thư của tôi đã biến mất và được chữa lành, thật cảm ơn Fucoidan!

chính cha tôi đã tự chuốc hoạ vào thân. Mùa hè năm ngoái, cha tôi đã kiểm tra tổng quát ở bệnh viện với kết quả chuẩn đoán là ung thư gan.

Bác sĩ thông báo cho cha tôi biết sự thật, ông ấy bị khủng hoảng trầm trọng khi nghe được tin dữ. Sau khi biết được tình trạng bệnh của mình, cha tôi có vẻ suy sụp. Người ta hay bàn bạc về những điều nên hay không nên thông báo cho bệnh nhân ung thư biết được tình trạng của mình, nhưng tôi nghĩ, trong trường hợp này bệnh viện không nên thông báo cho cha tôi biết về tình trạng của ông.

Ung thư của cha tôi đã phát triển trong gan khá lớn, có bốn vùng lây nhiễm lớn với đường kính 0.8-inch và khoảng mười vùng tổn thương nhỏ ở lân cận có đường kính từ 0.1 đến 0.4 -inch. Thật sự rất khó khăn để loại bỏ hết ổ dịch ung thư, do đó bác sĩ đã đề nghị cha tôi nhập viện ngay và lập tức tiến hành tiêm ethanol – phương pháp này có thể làm cho hoạt động của tế bào ung thư trở nên yếu dần. Tôi không rõ lắm về việc này, nhưng theo bác sĩ thì qua những tấm phim từ máy siêu âm họ sẽ tiến hành tiêm ethanol vào gan. Sau đó, các ổ lây nhiễm ung thư sẽ từ từ cô động lại, rồi tự chết đi.

Thực hiện cuộc giải phẫu này tốn khoảng 5 đến 6 giờ đồng hồ. Tôi cảm thấy yên lòng khi thấy cha tôi được bình an sau khi mổ, nhưng kết quả cuộc phẫu thuật không thành công trọn vẹn. Bác sĩ cho biết những phần tổn thương nhỏ đã bị triệt tiêu nhưng vùng có đường kính lớn hơn thì vẫn còn tồn tại. Thế là cha tôi được yêu cầu phải tiến hành trị liệu bằng thuốc kháng ung thư.

Tôi đã vào viện hai lần một ngày. Thật ra, tôi không cần vào thăm thường xuyên, vì trong bệnh viện lúc nào cũng có nhiều y tá túc trực và chăm sóc rất chu đáo. Mặc khác, do tôi rất ghét cha tôi, nhưng dù sao đi nữa chúng tôi vẫn là cha con, và tôi không nỡ đối xử lạnh nhạt với ông ấy. Kết quả, tôi bỏ lơi việc nhà. Chồng và con gái tôi gặp tôi mỗi cuối tuần trong bệnh viện, và chúng tôi thường ăn tối tại nhà hàng trên đường về nhà.

Một khi chu kỳ trị liệu bắt đầu, bệnh tình của cha tôi hoàn toàn thay đổi. Cha tôi bị đau dạ dày và cổ họng dễ bị nghẹn. Ông ấy cũng bị rụng tóc. Do quá cố gắng để hoàn tất chu kỳ thứ nhất, ông ấy đã trở nên suy nhược. Tinh thần tôi thì mệt mỏi khi nhìn thấy ông bị hành hạ do phản ứng phụ.

Vào một tuần nọ, chồng tôi đem về nhà sản phẩm Fucoidan. Ông ấy nói, đây là thực phẩm có lợi cho sức khoẻ và cha tôi phải nên dùng chúng để bổ sung sức khỏe. Tôi đưa chúng cho cha tôi, và nghĩ thà có còn hơn không. Fucoidan ở dạng viên nang, vì vậy tôi tách đôi vỏ bên ngoài và đổ phần bột bên trong hoà tan với chút nước ấm cho để cha tôi uống, để không bị mắc nghẹn. Ông ấy uống rất đều đặn, 3 viên

Phần 1

Ung thư của tôi đã biến mất và được chữa lành, thật cảm ơn Fucoidan!

một lần, 3 lần mỗi ngày. Bản thân tôi cũng đã thử qua Fucoidan. Nó có vị mắn mặn như tảo nâu Kombu.

Thật lòng mà nói, tôi không tin rằng Fucoidan sẽ có tác dụng. Tôi đơn giản chỉ hy vọng là chúng sẽ phần nào đem lại lợi ích về mặt tinh thần cho cha tôi.

Chu kỳ thứ hai cũng bắt đầu sau đó. Cha tôi không còn bị rụng tóc nữa, cũng như không còn thấy buồn nôn. Lúc đầu tôi nghĩ cơ thể của cha tôi đã tự thích nghi với thuốc chống ung thư, nhưng dần dần tôi bắt đầu thấy rõ sự khác biệt. Sau một thời gian, cha tôi có lại vị giác và khuôn mặt nhợt nhạt của ông đã trở nên hồng hào.

Tất cả bệnh nhân cùng phòng đều tò mò về sự phục hồi nhanh chóng của cha tôi. Các y tá và bác sĩ cũng rất ngạc nhiên về sự cải thiện hiển thị trên biểu đồ.

Khi chồng tôi nói với tôi về sức mạnh của Fucoidan đã thúc đẩy các tế bào ung thư tự tiêu diệt, tôi lập tức biết nguyên nhân tại sao. Fucoidan không những giúp điều trị ung thư của cha tôi, thậm chí những bệnh mà bệnh viện đã bó tay, mà còn ngăn ngừa ảnh hưởng do tác dụng phụ của thuốc chống ung thư.

Một tháng sau khi đến với Fucoidan, cha tôi được cho xuất viện. Năm tháng đã qua kể từ cuộc chẩn đoán lần đầu tiên.

95

Khoảng cuối tháng mười hai, khi mọi người bắt đầu chuẩn bị đón năm mới. Tổn thương ung thư của cha tôi đã hoàn toàn giảm đi, và chức năng gan cũng đã tốt hơn.

Lúc đó, tôi không nói cho cha tôi biết về sự bình phục của ông ấy. Tôi không muốn ông ấy bắt đầu uống rượu trở lại và cư xử tồi tệ như ông ấy đã từng. Cha tôi tiếp tục uống Fucoidan, nhưng bây giờ ông ấy đã uống nguyên viên. Một cách kỳ lạ, cha tôi cứ uống Fucoidan sau một hoặc hai giờ, trông giống như trẻ con, bỏ một vài mẫu kẹo vào trong miệng.

Tôi nghĩ, ý nghĩ Fucoidan luôn luôn ở trong cơ thể của cha tôi, cho ông ấy cảm giác an tâm. Gia đình tôi không thể nào hạnh phúc hơn nữa, bởi vì cha tôi không còn là nguyên nhân của những rắc rối, nhưng cha tôi đã bị nghiện, không phải nghiện rượu mà nghiện Fucoidan.

Phần 1

Ung thư của tôi đã biến mất và được chữa lành, thật cảm ơn Fucoidan!

[Trường hợp 16]

Pancreatic Cancer (Ung Thư Tuyến Tụy)

Phục hồi một cách kỳ diệu từ ung thư tuyến tụy -- Hiệu quả thần kỳ của phương pháp trị liệu hằng ngày bằng Fucoidan

Chị Yuko Ishikawa, làm nội trợ, 48 tuổi, ở thành phố Okayama, Okayama, Nhật Bản

Bản tính tự nhiên của tôi rất nhẫn nại và cứng đầu, nhưng những tính chất đó chỉ làm làm trễ nại sự phát hiện ra ung thư tuyến tụy của tôi.

Nhìn lại, tôi có những triệu chứng đầu tiên hơn mười năm về trước. Tôi bắt đầu trãi nghiệm những cơn đau kỳ lạ ở bụng trên, nhưng tôi đơn giản nghĩ rằng do tôi ăn quá nhiều.

Khoảng 3 năm trước, một hoặc hai giờ sau bữa ăn, tôi bắt đầu nôn. Tôi còn thường xuyên cảm thấy đau bên bụng phải. Không mấy quan tâm, tôi không tìm cách chữa trị. Tôi ghét bệnh viện và bác sĩ ngay từ khi còn nhỏ, lần duy nhất tôi vào viện là lúc sinh em bé. Tôi nghĩ chuyện đó không có gì đáng tự hào.

Khoảng cuối mùa xuân, cân nặng của tôi sụt từ 5, 6 hoặc 7 pounds mỗi tháng. Đó là điều kỳ lạ đối với tôi, bởi vì tôi đâu có đang theo một chương trình giảm cân nào. Khi cân nặng của tôi sụt từ 128 pounds còn 110 pounds, tôi bắt đầu lo lắng. Mặt tôi trở nên xanh xao, cuối cùng chồng tôi đưa tôi vào viện.

Chỉ trong ba ngày ở bệnh viện, bác sĩ đã làm rất nhiều xét nghiệm trên cơ thể tôi, bao gồm chạy CT, đánh dấu khối u và nội soi. Tình trạng của tôi trở nên tồi tệ hơn trong khi xét nghiệm, tôi cảm thấy có gì đó bất thường. Đúng như vậy, kết quả xét nghiệm làm tôi bị sốc nặng.

"Chị bị ung thư ở cuối thân tuyến tụy, và chúng đã lây lan ra các cơ quan khác. Chúng tôi không thể thực hiện giải phẫu cắt bỏ ung thư, do đó cách chữa trị hiệu quả duy nhất là áp dụng xạ trị và thuốc chống ung thư," bác sĩ đã cho biết. Hơn nữa, chồng tôi còn được thông báo rằng tình trạng của tôi rất nguy cập và tôi chỉ còn khoảng ba tháng để sống.

Tôi làm thủ tục nhập viện ngay lập tức. Trước hết, bác sĩ giải phẫu để tạo lối đi thuận lợi cho dòng chảy của mật nhằm cải thiện sự ứ

Phần 1

Ung thư của tôi đã biến mất và được chữa lành, thật cảm ơn Fucoidan!

máu. Chỉ ca mổ này thôi, cũng đã tước đoạt hết sức lực của tôi và tôi hoàn toàn mất hết ý chí sinh tồn. Rồi sau đó, bác sĩ phát hiện xạ trị rất nguy hiểm đối với tôi, nên tôi sử dụng thuốc trị liệu ung thư.

Bệnh viện đã truyền nhỏ giọt tĩnh mạch cho tôi vào ban đêm nhằm giảm thiểu tác dụng của thuốc chống ung thư. Bác sĩ nói ông sẽ ngừng trị liệu ngay lập tức nếu tác dụng phụ quá nghiêm trọng. Ngay khi chu kỳ đầu tiên của thuốc trị liệu bắt đầu, tôi cảm thấy lạnh và buồn nôn kinh khủng. Tiến trình trị liệu tạm thời bị gián đoạn, nhưng thậm chí sau khi tiêm thuốc tôi cảm thấy bệnh trạng của tôi trở nên tồi tệ hơn. Tôi nghĩ không còn gì có thể chữa lành cho tôi.

Một ngày kia, chồng tôi mang về cho tôi Fucoidan, loại mà ông ấy tìm thấy trên internet. Chúng được cho biết là có hiệu quả trong điều trị ung thư. Có lẽ, nhìn thấy tôi trong tình trạng quá đau đớn, chồng tôi cảm thấy ông phải làm điều gì đó. Fucoidan là hy vọng cuối cùng của ông ấy, hoặc có thể ông ấy cũng không biết rõ sức mạnh của chúng. Về phần tôi, tôi chỉ muốn được về nhà dưỡng bệnh và chờ chết.

Sau một thời gian ngắn uống Fucoidan - có lẽ khoảng hơn một tuần - thì cảm giác đau đớn đã chấm dứt và tôi đã cảm thấy đói bụng. Sự tê cóng ở cổ chân giảm đi đáng kể. Tôi tin Fucoidan đã có hiệu quả, vì vậy tôi tăng liều dùng lên.

Thay vì uống 6 viên mỗi ngày, tôi bắt đầu uống 5 viên trước khi đi ngủ và 3 viên vào mỗi buổi ăn sáng, ăn trưa và ăn tối, tổng cộng là 14 viên mỗi ngày. Mỗi khi chồng tôi đến bệnh viện thăm tôi, ông ấy sẽ nhìn vào hộp Fucoidan và nói, những viên nang cạn đi nhanh thật. Tôi chắc chắn, ông ấy đã để ý vẻ mặt tươi tỉnh của tôi, điều đó chứng tỏ bệnh trạng của tôi đã có thay đổi tốt.

Bệnh viện không hiểu lí do tại sao tôi phục hồi. Rồi họ đề nghị tôi tiếp tục chu kỳ thuốc trị liệu khác, tôi đã từ chối. Tôi đã bị thuyết phục rằng Fucoidan có thể chữa lành cho tôi mà không cần phải sử dụng thuốc.

Tôi được cho xuất viện sau ba tháng. Bác sĩ mừng cho tôi và nói sự phục hồi của tôi là "một điều kỳ diệu." Tôi đoán ông ấy cũng không biết nguyên nhân của sự phục hồi của tôi. Ung thư hoàn toàn giảm xuống, nhưng vẫn còn đó. Tuy vậy, bệnh viện không thể giữ tôi nữa vì tôi từ chối những phương pháp điều trị như: thuốc trị liệu và giải phẫu để loại bỏ ổ dịch···khi họ đề nghị. (vì chúng đã đủ nhỏ để loại bỏ bằng giải phẫu.)

Mặc dù, tôi chưa hoàn toàn được chữa lành, nhưng tôi vẫn vui vẻ trở về nhà. Tôi khỏe hơn so với ba tháng trước, và cân nặng của tôi trở lại như cũ trước khi phát bệnh. Khi chồng tôi nói về chẩn đoán "ba tháng" của bác sĩ. Nếu không có Fucoidan chắc tôi đã chết từ ba tháng trước, theo lời chẩn

Phần 1

Ung thư của tôi đã biến mất và được chữa lành, thật cảm ơn Fucoidan!

đoán ấy. Nhưng giờ đây tôi đã phục hồi và không biết câu trả lời là tại sao.

Tôi trở lại cuộc sống bình thường ở nhà. Tuy ung thư vẫn còn trong cơ thể mình, nhưng tôi không hoàn toàn cảm thấy điều đó thật tồi tệ, một khi Fucoidan đã hoàn toàn đánh bại ung thư.

Bốn tháng sau khi ra viện, tôi có một cuộc xét nghiệm khác, bác sĩ cho biết ung thư đã hoàn toàn biến mất. Tôi vẫn tiếp tục uống Fucoidan, bởi vì bệnh nhân ung thư tuyến tụy có nguy cơ tái phát và di căn cao. Liều dùng vẫn giữ nguyên như cũ - 14 viên mỗi ngày – vì tôi sợ nếu tôi uống ít ung thư có thể trở lại. Tôi đã gây ra cho gia đình tôi, đặc biệt là tôi chồng, rất nhiều rắc rối. Tôi phải giữ sức khỏe từ bây giờ. Vì đã đến lượt tôi chăm sóc họ.

Kidney Cancer (Ung Thư Thận)

Hoàn toàn chữa lành ung thư thận thời kỳ 3 -- Bí mật của tôi là phương pháp trị liệu tại gia bằng Fucoidan!

Ông Shoichi Tsurumi, làm nghề nông, 62 tuổi, ở thành phố Murakami, Niigata, Nhật Bản

Fucoidan, mà con trai tôi mua cho tôi, đã cứu mạng tôi. Tôi chữa lành ung thư thậm chí bệnh viện cho biết là hoàn toàn không thể giải phẫu cắt bỏ.

Tháng 4 năm ngoái tôi được chẩn đoán với ung thư thận. Tôi đã đi kiểm tra sau khi nhìn thấy máu trong nước tiểu của tôi. Những cơn đau lưng quá sức chịu đựng đã ngăn không cho tôi đứng dậy.

Bản thân tôi cũng không nhận ra, nhưng bác sĩ đã chỉ rõ ung thư phát triển trong thận bằng cách chạm vào bụng tôi. Tôi cũng chạm nhẹ vào chỗ đó và nhận thấy được một cục bướu. Không có chút hiểu biết gì về ung thư, làm sao tôi có thể biết được đó là cục bướu hay nó là ác tính. Bác sĩ còn nói, ung thư thận là một trong những loại ung thư khó có thể phát hiện, rồi tôi được siêu âm và chạy CT để xem xét một cách cụ thể hơn.

Phần 1

Ung thư của tôi đã biến mất và được chữa lành, thật cảm ơn Fucoidan!

Ung thư ở thận của tôi khá phức tạp, ở thời kỳ ba. Họ không thể thực hiện giải phẫu nữa, do đó hóa trị và interferon là lựa chọn duy nhất của tôi. Bệnh viện của thành phố không đủ trang thiết bị để điều trị, vì vậy tôi được chuyển lên bệnh viện lớn hơn khá xa nhà. Nó quá xa để vợ tôi có thể đi và về mỗi ngày. Chưa kể vợ tôi còn bị mất trí nhớ nhẹ, nên tôi không thể để bà ấy ở nhà một mình. Toàn bộ con cái của chúng tôi đều đang ở Tokyo và cũng ít về nhà.

Tôi đắn đo suy nghĩ xem lựa chọn nào là tốt nhất. Tôi có một cuộc nói chuyện dài với bác sĩ. Ông ấy rất trẻ so với các nhân viên khác và tôi cảm thấy ông ấy thật kỳ lạ. Bên cạnh đó, tôi bắt đầu dò dẫm trong bóng tối để tìm cách trị ung thư của tôi ở nhà. Bác sĩ trẻ hơn tôi khoảng 5 tuổi, đề xuất với tôi nhiều chọn lựa khác nhau và đã cho tôi những lời khuyên một cách chân thành.

Ông ấy cho biết, hy vọng hoàn toàn phục hồi chỉ xảy ra đối với ung thư ở giai đoạn một hoặc giai đoạn hai, trong khi đó giai đoạn ba hoặc bốn thì chữa trị không hiệu quả lắm. Tôi đang ở giai đoạn ba, vậy là không còn hy vọng gì. Bác sĩ còn nói thêm, tôi có lẽ chỉ còn nhiều nhất là 1 năm rưỡi. Nếu không may mắn, tôi chỉ có thể sống thêm 7 hoặc 8 tháng nữa. Thật là kinh khủng khi biết điều đó, nhưng biết trước chuyện này phần nào giúp tôi bình tâm lại.

Bác sĩ khuyên tôi thử "phương pháp trị liệu thay thế" như sử dụng thực phẩm bổ dưỡng. Tôi có nghe nhiều câu chuyện về Agaricus, một loại nấm có có khả năng điều trị ung thư. Tuy nhiên, tôi không tin nấm, thật sự có thể chữa ung thư. Bác sĩ nói phương pháp trị liệu thay thế có thể sẽ có hiệu quả đối với một số loại ung thư nhất định, trong khi những ung thư khác thì hoàn toàn không hiệu quả. Ông ấy còn cho biết thêm, rất khó để có thể xác định liệu pháp nào hiệu quả cao đối với ung thư ác tính. Sau đó, bác sĩ đề xuất với tôi Fucoidan. Đó là một chuyện không thường xảy ra khi bác sĩ trong bệnh viện lại đề xuất phương pháp trị liệu thay thế.

Đó là cách mà trận chiến của tôi với ung thư bắt đầu. Tôi quay lại bệnh viện một tháng một lần để kiểm tra, trong khi khoảng thời gian còn lại tôi phải một mình chiến đấu. Một khi bưu kiện tôi đặt mua được gửi đến nhà, tôi bắt đầu uống Fucoidan. Theo lời khuyên của bác sĩ thì tôi uống 8 viên một lần, 3 lần mỗi ngày. Ông ấy dặn tôi không bao giờ được quên uống Fucoidan trước khi đi ngủ, vì sự miễn dịch của cơ thể sẽ hoạt động hiệu quả hơn suốt đêm

Vợ tôi hầu như không gây rắc rối trong thời gian qua.

Phần 1

Ung thư của tôi đã biến mất và được chữa lành, thật cảm ơn Fucoidan!

Chỉ có lâu lâu một lần, khi bà ấy đi mua sắm rồi nhận ra rằng không biết bà ấy đang ở đâu. Lúc đó, tôi phải đi tìm và dẫn bà ấy về nhà. Không có gì quan trọng nếu tôi không cảm thấy đau, nhưng cuộc tìm kiếm đó sẽ mang tính chất dày vò khi tôi có cảm giác đau buốt ở xung quanh thận.

Không có thay đổi trong tháng đầu sử dụng liệu pháp Fucoidan. Tôi vẫn còn rất đau và kết quả CT không hiển thị sự cải thiện. Bác sĩ coi kết quả và có vẻ thất vọng. Ông ấy hỏi tôi có muốn thử loại nào khác nữa không, nhưng tôi còn nhớ tôi còn một hộp ở nhà và quyết định tiếp tục liệu pháp này lâu hơn chút nữa.

Đúng là sự trùng hợp ngẫu nhiên, lúc đó con trai tôi về thăm. Nó mang theo bên mình là một hộp Fucoidan. Con trai tôi nói, bạn nó giới thiệu Fucoidan cho nó và nói rằng chúng có hiệu quả chống ung thư. Khi tôi nói với con trai tôi là tôi đã và đang sử dụng Fucoidan trong vòng một tháng rồi, mà không khá hơn, nó có vẻ thất vọng. Trong suốt thời gian viếng thăm, con trai tôi hứa với tôi rằng, nó sẽ thay ông lo chu toàn cho mẹ nếu có bất trắc gì xảy ra với tôi.

Lời hứa của nó như đã trút bỏ ngàn cân khỏi vai của tôi, có lẽ chuyện đó cũng có ảnh hưởng tích cực đối với tình trạng của tôi. Hoặc, Fucoidan có thể đã bắt đầu có tác dụng. Dù là lí do gì, tình trạng của tôi dần dần thay đổi. Đến này thứ bốn mươi, tôi phát hiện cơ thể tôi không còn đau đớn nữa. Các cơn đau hầu như đã biến mất, nhưng cho đến khi tôi thật sự cảm thấy đói thì tôi rất ngạc nhiên.

Kết quả lần tái khám thứ hai thậm chí đã làm bác sĩ còn ngạc nhiên hơn. So sánh với những tấm phim trước, bác sĩ thấy ung thư rõ ràng đã nhỏ dần. Tuy nhiên, vẫn chưa ở mức độ mà tôi có thể bớt căng thẳng.

Một tháng sau đó, bác sĩ trông có vẻ rất phấn khởi nói: "Ung thư đã giảm tới mức tương đương giai đoạn II" Bác sĩ động viên tôi bằng cách: "Anh nên kiên nhẫn chờ trong một thời gian." Trong khi đó, bệnh mất trí của vợ tôi trở nặng. Tôi quên mất tình trạng của mình và chỉ lo lắng chăm sóc cho bà ấy mỗi ngày, nhưng tôi cũng cố gắng tiếp tục thói quen trị liệu của tôi với Fucoidan.

Sáu tháng sau, tháng thứ mười một sau khi tôi bắt đầu liệu pháp Fucodian, tôi đã "xóa sạch hóa đơn sức khỏe." Bác sĩ của tôi đã nói: "Tôi nghĩ, bây giờ anh đã bình yên vô sự, nhưng anh phải tiếp tục uống Fucoidan, tránh nguy cơ tái phát và di căn. Anh phải trở lại kiểm tra một lần sau hai tháng."

Phần 1

Ung thư của tôi đã biến mất và được chữa lành, thật cảm ơn Fucoidan!

Trái ngược với sự phục hồi của tôi, tình trạng của vợ tôi càng tồi tệ hơn. Thật đáng tiếc, vì Fucoidan chỉ điều trị ung thư và không chữa bệnh mất trí. Tôi không nỡ lòng đưa bà ấy vào bệnh viện tâm thần, mà tiếp tục giữ bà ở nhà để tự tay chăm sóc. Tôi nghĩ, bà ấy thậm chí còn không biết tôi bị ung thư và đã đánh bại ung thư. Tôi muốn đưa vợ tôi đến suối nước nóng hay khu tham quan du lịch nào đó để ăn mừng sự phục hồi của tôi, nhưng tôi không nghĩ chuyện đó là khả thi.

Tôi có thể đánh bại ung thư, cảm ơn sự giúp đỡ của bác sĩ, nhưng nổ lực kiên trì của tôi cũng đóng một vai trò quan trọng. Tôi cũng hy vọng rằng vợ tôi sớm bình phục trong một ngày nào đó.

Gallbladder Cancer (Ung Thư Túi Mật)

Phục hồi từ ung thư túi mật không thể cắt bỏ -- Điều đó chứng minh được sức mạnh kỳ diệu của Fucoidan

Chị Yoshiko Imanishi, nhân viên công ty, 55 tuổi, ở thành phố Kumamoto, Kumamoto, Nhật Bản

Khi sinh nhật lần thứ 50 của tôi mới qua đi, tôi bắt đầu bị vàng da. Khi không có triệu chứng gì khác, do đó tôi đã không đến bệnh viện. Tuy nhiên, tôi lần lượt trải nghiệm những cơn sốt 104 độ. Tôi mất hết vị giác, và bị sụt cân. Tôi bắt đầu bị đau ở bên phải bụng trên. Tôi gắng gượng chịu đựng và hy vọng mọi thứ sẽ sớm qua đi.

Chồng tôi làm ở phòng quản lí trong bệnh viện. Ông ấy ghét nhìn thấy tôi lui tới chỗ ông ấy làm. Nhưng cơn đau trở nên quá sức chịu đựng, tôi nhờ chồng tôi đưa tôi đến bệnh viện.

Họ làm siêu âm rồi chẩn đoán tôi bị sỏi mật. Chồng tôi nói, nó là bệnh nhẹ và tôi sẽ dễ chịu hơn trong khoảng hơn hai tuần. Tôi cũng phần nào an tâm. Nhưng sự thật còn khắc nghiệt hơn nữa. Sau khi cắt mở màng bụng

Phần 1

Ung thư của tôi đã biến mất và được chữa lành, thật cảm ơn Fucoidan!

của tôi ra, bác sĩ tìm thấy một khối u ung thư lớn nằm trong túi mật. Đồng thời, khối u đã lây lan sang gan và ống mật.

Bệnh viện chồng tôi làm không đủ trang thiết bị nên họ chuyển tôi sang bệnh viện đa khoa để phẫu thuật.

Ở bệnh viện đa khoa tôi được kiểm tra chi tiết một lần nữa và kết quả là tôi bị ung thư túi mật. Bác sĩ khuyên tôi nên áp dụng hóa trị và xạ trị, nhưng chồng tôi khăng khăng đòi cho tôi trở về nhà để trị liệu tại gia. Tôi thật sự không biết chuyện gì đang xảy ra.

Tôi đòi chồng tôi phải giải thích rõ ràng, ông ấy nói tình trạng của tôi rất nghiêm trọng. Các phương pháp đó chỉ có hiệu quả cho ung thư túi mật giai đoạn đầu, còn đối với tình trạng của tôi thì rất khó và hoàn toàn sẽ không tác động bởi xạ trị hay các loại thuốc. Bác sĩ trong bệnh viện đã từng nói với chồng tôi rằng, ở thời kỳ này thì xạ trị và hóa trị không hiệu quả, nhưng chỉ có chút hiệu quả đối với tinh thần của bệnh nhân. Cho nên, chồng tôi quyết định từ chối phương pháp trị liệu của bệnh viện và sẽ chăm sóc cho tôi ở nhà.

Tôi đã khóc trong suốt hai ngày. Chồng tôi không cho tôi biết, tôi còn bao nhiêu thời gian, nhưng theo cách nói của ông ấy, tôi có thể đoán, chắc tôi chỉ còn ba hoặc bốn tháng. Tôi nghĩ, tôi đủ may mắn để nhìn được lá thu rơi và có thể sẽ không có cơ hội đón Tết. Chúng tôi không có con cái, nên nếu tôi qua đời sẽ có ít người đau buồn hơn. Nhưng thật buồn khi tôi ra đi một cách dễ dàng như vậy. Thậm chí, tôi không biết làm gì để chạy chữa.

Một tháng đã trôi qua vô ích. Hy vọng và sức lực của tôi cạn dần trong khi tôi cảm thấy ung thư đang đục khoét trong cơ thể tôi. Chồng tôi cũng không làm gì đặc biệt cả. Cuối tháng tám năm ấy, hầu như cả ngày tôi nằm trên giường. Nhưng, một ngày kia, tôi xem chương trình trò chuyện trên TV về Fucoidan, một chất siêu nhờn được chiết xuất từ tảo nâu Mozuku và lá bào tử tảo nâu nước lạnh Mekabu, có chứa nhiều thành phần hoạt chất tốt cho cơ thể. Tôi nghĩ tôi đã tìm ra câu trả lời. Tôi hy vọng - hầu như bị thuyết phục - rằng Fucoidan có thể chữa lành ung thư của tôi.

Sáng hôm sau, tôi nhờ chồng tôi mua Mozuku và Mekabu. Tôi thất vọng khi chồng tôi về tay không vì chợ đã bán hết. Tôi đã quá tuyệt vọng trong khi chồng

Phần 1

Ung thư của tôi đã biến mất và được chữa lành, thật cảm ơn Fucoidan!

tôi nói sẽ tìm Fucoidan trên mạng internet. Và rồi ông ấy tìm thấy thực phẩm bổ dưỡng chiết xuất từ thành phần hoạt chất siêu nhờn của Mozuku và Mekabu. Chúng tôi đặt mua ngay lập tức. Khi Fucoidan loại viên nang đến với chúng tôi. Tôi mở một viên ra, chúng có mùi rong biển Mozuku. Chúng có chút nhơn nhớt trong miệng tôi. Tôi thầm nghĩ, nếu tôi uống càng nhiều thì hiệu quả càng nhanh. Rồi tôi bắt đầu uống 4 viên một lần, 5 lần mỗi ngày.

Đến ngày thứ mười lăm, mười sáu, tôi bắt đầu cảm nhận những thay đổi có lợi. Trước đó, tôi bị mất hết vị giác nhưng bây giờ tôi lại cảm thấy đói. Tôi đi cầu đã bình thường trở lại, không như trước đó, tôi phải vào nhà vệ sinh rất nhiều lần vì bị tiêu chảy. Chồng tôi nói mặt tôi trông khỏe mạnh hơn, điều đó động viên tôi rất nhiều. Tôi cũng đã có thể bước xuống giường và làm vài việc nhà.

Đến tháng mười, chứng vàng da của tôi cũng không còn nữa và tôi cảm thấy khỏe hơn rất nhiều. Tôi đã có thể đi dạo và thậm chí đi mua sắm, nhưng chưa thể mang vác nặng.

Khi tôi đến bệnh viện nơi chồng tôi làm việc tái khám, vào giữa tháng mười một, bác sĩ cho biết bệnh trạng của tôi đã dần dần được cải thiện tốt hơn so với xét nghiệm đầu tiên. Ung thư đã teo nhỏ lại và không còn những vùng tổn thương ung thư ở ống mật và gan nữa. Chồng tôi bất ngờ cũng như tôi.

Đã là ba tháng sau khi uống Fucoidan. Dựa vào mức độ của sự suy giảm, ung thư của tôi sẽ nhanh chóng biến mất. Cảm ơn Fucoidan, tôi đã có thể phục hồi và lùi lại một bước xa cái chết. Tôi thật sự rất vui mừng, vì ngày tôi không còn ung thư sẽ không còn xa.

Phần 1

Ung thư của tôi đã biến mất và được chữa lành, thật cảm ơn Fucoidan!

Breast Cancer (Ung Thư Vú), Uterine Cancer (Ung Thư Dạ Con), và Ovarian Cancer (Ung Thư Buồng Trứng)

[Trường hợp 19]

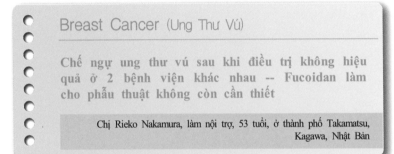

Breast Cancer (Ung Thư Vú)

Chế ngự ung thư vú sau khi điều trị không hiệu quả ở 2 bệnh viện khác nhau -- Fucoidan làm cho phẫu thuật không còn cần thiết

Chị Rieko Nakamura, làm nội trợ, 53 tuổi, ở thành phố Takamatsu, Kagawa, Nhật Bản

Mùa hè hai năm trước, tôi nhận thấy có một cục bướu trên ngực trái. Tôi phát hiện ra nó trong khi đang thay áo tắm ở hồ tắm của người bạn hàng xóm. Tôi lập tức nghĩ đó là ung thư vú, vì dì của tôi cũng đã từng giải phẫu cắt bỏ nó.

Sau khi về nhà, tôi kiểm tra khối u trên ngực tôi, theo những bước mà tôi đã học ở lớp chăm sóc sức khỏe cộng đồng, nhưng không thể nói nó là không bình thường. Tôi phải đến bệnh viện kiểm tra nhưng do tôi quá lười. Bởi vì, cũng không có triệu chứng gì nên tôi xóa bỏ từ "ung thư" ra khỏi tâm trí của tôi.

Một năm sau đó, ngực trái của tôi bắt đầu sưng phồng và xuất hiện nhiều chấm đỏ xung quanh. Tôi còn bị hạch ở dưới nách. Nên tôi tức tốc tới bệnh viện. Lúc bác sĩ quan sát ngực của tôi - thậm chí không cần chạm vào - ông ấy đã đổi sắc mặt. Ông ấy hoàn toàn có thể đoán được có điều gì đó bất thường và linh cảm của bác sĩ cũng thật là chính xác.

Tôi được chẩn đoán là ung thư vú. Với rất nhiều tổn thương ung thư, trong đó một vài vùng có kích thước đường kính lớn hơn 0.8 inch, bác sĩ cho biết phẫu thuật để giữ nguyên vú và cắt bỏ tổn thương ung thư là rất khó khăn. Ông ấy đề nghị tôi áp dụng biện pháp trị liệu điều tiết (endocrine) thay vì hóa trị, vì tôi đang trong thời kỳ mãn kinh. Tôi cũng cảm thấy hơi an tâm vì không cần phải nhập viện. Tuy vậy, nhưng tôi cũng không chắc liệu có thể chữa trị hay không. Bác sĩ nói với tôi rằng, tất cả những gì tôi cần là thuốc chống estrogen (anti-estrogen).

Dì của tôi tiến hành phẫu thuật chuyên môn khi tôi còn học trung học và tôi còn nhớ tôi trở nên rất sợ ung thư. Nhưng cuối cùng, nỗi sợ đó cũng thành sự thật.

Tôi bắt đầu uống anti-estrogen ở nhà, nhưng tình trạng của tôi không có chuyển biến gì. Một cách thất vọng, tôi quyết định đi xét nghiệm ở một bệnh khác mà bạn tôi giới thiệu. Tôi được cho biết rằng thực hiện giải phẫu là rất khó và tôi phải thử hóa trị và xạ trị. Bác sĩ giải thích, endocrine (phương

Phần 1

Ung thư của tôi đã biến mất và được chữa lành, thật cảm ơn Fucoidan!

pháp điều tiết endocrine) không có hiệu quả với ung thư có tính chất di căn. Ông ấy còn nói: "Chắc chắn bệnh viện kia không đủ trang thiết bị nên họ không thể tiến hành xạ trị."

Cái giọng có vẻ chế nhạo của ông ấy làm tôi có ấn tượng không tốt về ông.

Mặc dù vậy, là một bệnh nhân không thể chọn bệnh viện bằng cảm giác riêng của mình. Tôi làm thủ tục nhập viện ở bệnh viện thứ hai và thực hiện hóa trị và xạ trị. Bác sĩ muốn "giảm tổn thương ung thư bằng cách kết hợp hai liệu pháp nhằm loại bỏ ổ dịch thay vì phải cắt bỏ nguyên ngực trái"

Dù bằng cách gì, hóa trị hay xạ trị đều không có hiệu quả. Trái lại, tác dụng phụ của hóa trị thật là khắc nghiệt, tôi cứ tưởng cơ thể tôi sẽ sớm ngưng hết mọi hoạt động. Tôi được cho sử dụng dung dịch hỗn hợp gồm ba loại thuốc chống ung thư, nhưng lập tức sau khi hóa trị bắt đầu, tôi bị thiếu máu cấp tính, buồn nôn, và rụng tóc. Tôi chịu đựng trị liệu khoảng một tháng, nhưng hầu như ung thư không giảm đi.

Dì tôi đến thăm khi tôi đang trong tình trạng tệ hại nhất. Như đã nói trước, dì ấy đã cắt bỏ ngực từ rất lâu. Nếu dì tôi giữ được phần ngực thì không gì có thể nhận ra dì ấy là "người sống sót sau ung thư vú." Dì tôi giới thiệu Fucoidan cho tôi, loại mà dì ấy đang uống để tránh ung thư tái phát.

Tôi dùng lưỡi nếm thử. Chúng có vị như Kombu. Tôi nghi ngờ liệu những viên này có thật sự có thể chữa lành ung thư của tôi không. Chồng tôi hoàn toàn không tin vào bất cứ loại thực phẩm bổ dưỡng nào, nhưng vì một lí do nào đó tôi nghĩ đó là ý kiến hay nếu thử Fucoidan.

Dì tôi và chồng tôi tham khảo với bệnh viện và đề nghị kết hợp thuốc kháng ung thư ung thư và Fucoidan. Họ phản đối việc thay đổi phương pháp trị liệu, nhưng may mắn thay, bác sĩ đang điều trị cho tôi có chút thích thú với phương pháp trị liệu thay thế. Ông ấy đã thuyết phục bệnh viện chấp thuận việc kết thuốc chống ung thư và Fucoidan để chữa trị cho tôi.

"Có rất nhiều loại thực phẩm bổ dưỡng khác nhau. Nếu loại này được chứng minh là có hiệu quả bổ sung cho thuốc chống ung thư và xạ trị, điều đó không phải đúng 100%. Nhưng tôi có thể nói, chúng ta sẽ sử dụng chúng một cách linh hoạt và nghiên cứu hiệu quả của chúng," bác sĩ đã nói.

Tôi giao cả mạng sống của tôi vào tay Fucoidan. Uống Fucoidan là việc duy nhất tôi có thể làm lúc đó. Tôi cũng uống thuốc chống ung thư với liều dùng theo thời khóa biểu quy định. Đối với Fucoidan, ban đầu tôi uống khoảng 10 viên một lần, 3 lần mỗi ngày, vì mong muốn đánh bại ung thư của tôi rất mạnh mẽ nên tôi sớm quên đi việc uống quá nhiều. Bên cạnh đó, bác sĩ cũng cảnh báo phản ứng phụ của thuốc

Phần 1

Ung thư của tôi đã biến mất và được chữa lành, thật cảm ơn Fucoidan!

trị chống ung thư, nhưng do tôi là thuốc uống bằng miệng nên tác dụng gây hại cũng ít. Tuy nhiên, tôi không cảm thấy có sự thay đổi nhằm khẳng định với tôi, các liệu pháp đã có tác dụng.

Khoảng sau mười ngày, tôi cảm thấy đói bụng. Tôi cần năng lượng để chiến đấu với ung thư, do đó tôi ăn bất cứ thứ gì tôi có thể. Khi tôi đã có vị giác trở lại, chứng buồn nôn của tôi cũng hết. Tôi biết tình trạng của tôi đã được cải thiện dần.

Trong khoảng hơn 2 tháng, những cơn đau ở ngực và ở nách cũng đã giảm dần và tôi có cảm giác rằng khối u ở ngực đã nhỏ hơn. Những chấm đỏ trên ngực cũng đã biến mất (sau này tôi được biết chúng được gọi là ban đỏ). Tôi được cho xuất viện sau ba tháng, dù ung thư vẫn chưa hoàn toàn được chữa lành. Nhận thấy tình trạng của tôi có những thay đổi có lợi, bác sĩ chuyển tôi thành bệnh nhân điều trị ngoại trú hằng tuần.

"Tôi không biết đó là do thuốc hay do Fucoidan, nhưng tôi chắc chắn rằng chị sẽ chiến thắng ung thư trong nay mai," bác sĩ nói một cách động viên. Tôi cảm thấy mừng vì là bệnh nhân của ông ấy. Ban đầu, tôi đã nghĩ bệnh viện này có chút kỳ lạ và bác sĩ thì khó ưa. Nhưng một khi tôi khỏe dần tôi nghĩ họ là bác sĩ tốt và bệnh viện tốt. Ai có thể bắt lỗi tôi?

Tháng tư năm nay, khoảng sáu tháng sau khi uống Fucoidan và ba tháng sau khi trở thành bệnh nhân ngoại trú, tôi có một cuộc kiểm tra khác.

Dù biết là tôi đã có rất nhiều tiến bộ so với lần xét nghiệm trước, nhưng tôi vẫn trông mong đến khi bác sĩ nói: "Tuy dấu vết của khối u vẫn còn đó nhưng ung thư đã hoàn toàn biến mất." Tôi nhìn chồng tôi, người đã sát cánh bên tôi trong lúc nằm viện, và thở phào nhẹ nhõm. Nước mắt chảy dài trên má tôi và bác sĩ điều trị của tôi cũng vui mừng không kém.

"Số lượng ngày càng tăng những bệnh nhân ung thư vượt qua ung thư bằng những sản phẩm dân gian khác nhau bao gồm thực phẩm bổ dưỡng như Fucoidan," bác sĩ đã nói. "Ngoài tác dụng của Fucoidan, tôi nghĩ chính ý chí chiến đấu với ung thư của chị mới thật sự đánh bại ung thư trong cơ thể chị." Bác sĩ còn căn dặn tôi phải tiếp tục uống Fucoidan để ngăn ngừa tái phát. Tôi không phản đối. Và tôi sẽ không bao giờ bỏ liệu pháp Fucoidan.

Nhìn lại, tôi có thể cười tươi sau những cơn ác mộng đã ám ảnh tôi ở một hoặc hai tháng trước, lúc chẩn đoán ban đầu. Thật khó khăn để tôi học được một điều rằng đối với bệnh nhân điều quan trọng là phải tìm một bệnh viện tốt và một bác sĩ tốt.

Phần 1

Ung thư của tôi đã biến mất và được chữa lành, thật cảm ơn Fucoidan!

[Trường hợp 20]

Uterine Cancer Stage 3 (Ung Thư Dạ Con thời kỳ 3)

Đánh bại ung thư tử cung khi cách lựa chọn duy
nhất là làm thủ thuật cắt bỏ dạ con
-- Fucoidan hướng dẫn tôi khỏe mạnh hoàn toàn

Chị Chiyako Matsumoto, nhân viên bán hàng, 31 tuổi, ở thành phố
Tojyo-ku, Osaka, Nhật Bản

Tháng mười một năm ngoái, bệnh viện nơi tôi làm xét
nghiệm, kết luận tôi bị ung thư dạ con thời kỳ ba. Kinh
nguyệt hằng tháng của tôi không đều và tôi đã tiêm
estrogen ở một phòng khám phụ khoa gần nhà khoảng
ba năm nay. Điều này, có thể đã có một cái gì đó làm
cho ung thư phát triển.

Huyết trắng của tôi có mùi hôi thối và thỉnh thoảng còn
bị chảy máu bộ phận sinh dục ngoài. Đó cũng phần nào
là lỗi của tôi, vì tôi không đi tham khảo ý kiến bác sĩ
sớm hơn. Dù vậy, tôi vẫn không thể tin rằng tôi bị ung
thư. Nó đã lây lan ra xung quanh các tế bào bạch
huyết, buồng trứng và ống dẫn trứng, cho nên phẫu thuật
cắt bỏ tử cung là cần thiết.

Tôi thú thật tình trạng của tôi với hôn phu của mình.
Thoạt đầu, anh ấy có vẻ rất sốc, nhưng cũng đã động

viên tôi rất nhiều. Chúng tôi cùng nhau đến thư viện và tìm hiểu thêm về cách thức điều trị ung thư, ở đó chúng tôi học được rất nhiều điều.

Ví dụ như ung thư cơ dạ con thời kỳ ba cần thiết phải làm là xạ trị và hóa trị, tiếp theo là giải phẫu cắt bỏ tử cung.

Vì các phương pháp trị liệu đó có phản ứng phụ rất mạnh, có khi thận cũng sẽ bị phá hủy. Chỉ có 10% bệnh nhân là hoàn toàn bình phục. Chúng tôi còn biết được, ung thư dạ con phát triển rất chậm.

Mặc dù, đã biết được những kiến thức này nhưng tôi cảm thấy không đỡ hơn chút nào. Nếu như chỉ có 10% bệnh nhân được hồi phục, vậy còn lại 90% là không phục hồi. Nếu như vậy thì giải phẫu để làm gì? Chúng tôi đưa ra kết luận, tôi nên thử thực phẩm bổ dưỡng, những loại được tin rằng có hiệu quả trong điều trị ung thư. Chúng tôi đều đồng ý rằng cơ hội sống sót chắc chắn sẽ cao hơn. Tôi không nói cho cha mẹ hoặc anh em biết rằng tôi bị ung thư.

Chúng tôi bắt đầu tìm kiếm một loại thực phẩm bổ dưỡng thích hợp trên internet, và chúng tôi đã tìm thấy rất nhiều loại. Nhưng vô tình chúng tôi thấy Fucoidan. Hôn phu của tôi sinh ra ở Okinawa, nên rất quan tâm

Phần 1

Ung thư của tôi đã biến mất và được chữa lành, thật cảm ơn Fucoidan!

đến sản phẩm này vì chúng được làm từ tảo nâu Okinawa Mozuku.

Ngay khi bưu kiện được gửi đến, tôi bắt đầu uống 6 viên một lần, 3 lần mỗi ngày. Tôi là nhân viên chưa vào biên chế của một cửa hàng. Hợp đồng của tôi đã hết hạn, nên tôi quyết định không ký lại. Ung thư đã chiếm hữu cơ thể tôi và tôi không muốn gây phiền phức cho chủ cửa hàng mỗi khi vắng đột ngột. Tôi cũng có tiền dành dụm và trợ cấp thất nghiệp, vì vậy tôi không phải lo lắng quá nhiều về cuộc sống hằng ngày.

Đến tuần thứ ba, tôi bắt đầu cảm thấy có nhiều thay đổi trong cơ thể. Sự chảy máu bộ phận sinh dục ngoài, mà tôi từng bị gần như mỗi ngày cũng ngưng hẳn, và không còn bị nặng nề ở bụng dưới. Cuối tháng thứ nhất, mùi hôi của huyết trắng không còn nữa, tuy thỉnh thoảng cũng có huyết trắng nhưng không có mùi khó chịu. Cơ thể của tôi cũng trở nên khỏe hơn, tôi không nghĩ là ung thư đã biến mất. Dù sao đi nữa, tôi cũng cảm thấy tốt hơn về mặt tinh thần, vì bây giờ tôi còn có hy vọng. Hôn phu của tôi đề nghị tôi tăng liều dùng khi mọi việc trên đà tiến triển tốt. Nên tôi bắt đầu uống 8 viên một lần.

Ba tháng sau, tôi đến bệnh viện tái khám. Vì tôi muốn biết rõ tình trạng ung thư của tôi và phải chống chọi thêm bao lâu nữa. Nếu cơ thể tôi không bị nhiều tổn hại, tôi sẽ đi làm trở lại. Tôi đến gặp bác sĩ cũ. Ông ấy cho tôi biết, đồ thị đánh dấu khối u của tôi đã giảm đáng kể và chụp siêu âm đã khẳng định rõ ràng sự suy giảm của ung thư.

Một cách tò mò, bác sĩ hỏi tôi đã sử dụng cách trị liệu nào. Thành thật trả lời, tôi nói với ông ấy về Fucoidan. Ông ấy chỉ nói : "Ồ", vì vậy tôi không biết ông ấy có thật sự tin tưởng vào hiệu quả của Fucoidan hay không.

Được động viên bởi sự khẳng định, ung thư đã trở nên nhỏ dần, tôi bắt đầu đi làm lại. Tôi nhận làm công việc thu ngân ở một tiệm sách. Tôi đã tranh luận với hôn phu của tôi về chuyện đi làm, vì anh ấy nghĩ rằng còn quá sớm, nhưng chỉ ở nhà không làm gì cả ngày, cách này không dành cho tôi. Trong thời gian này, giữa hôn phu của tôi và tôi xuất hiện khoảng cách.

Tháng năm năm ấy, bác sĩ khẳng định ung thư của tôi đã biến mất. Lúc đó là khoảng sáu tháng từ khi tôi bắt đầu uống Fucoidan. Tôi cảm ơn hôn phu của tôi, người luôn động viên tôi trong suốt thời gian tôi chống chọi ung thư. Tôi bị sốc vì anh ấy đã phải lòng một người khác. Đó là dối lòng, nếu tôi nói tôi không thấy tiếc khi mất anh ấy. Tôi chỉ gọi anh ấy và để lại tin nhắn trong

Phần 1

Ung thư của tôi đã biến mất và được chữa lành, thật cảm ơn Fucoidan!

hộp thư thoại của anh ấy, nói rằng tôi đã đánh bại ung thư.

Anh ấy đã không gọi lại cho tôi, và tôi uống Fucoidan hằng ngày, rồi trở nên lạc quan hơn khi nghĩ rằng sẽ có người khác đang đợi tôi. Fucoidan cho tôi nhiều năng lượng để đánh bại ung thư. Tôi có lòng tin rằng chúng sẽ giúp tôi khỏe mạnh mỗi ngày, để từ đó tôi có thể tìm được một người chồng tốt hơn.

Ovarian Cancer Stage 3
(Ung Thư Buồng Trứng Thời Kỳ 3)

Chữa trị ung thư buồng trứng ác tính thời kỳ 3 -- Fucoidan giảm thiểu đáng kể tác dụng phụ của thuốc điều trị ung thư.

Chị Mayu Umemoto, nhân viên văn phòng, 28 tuổi, ở thành phố Kokubunji, Tokyo, Nhật Bản

Hai năm trước, tôi có triệu chứng của ung thư. Tôi có cảm giác nặng nề ở bụng. Trước bữa ăn chính hoặc ăn nhẹ, tôi đều có cảm giác bụng tôi bị no cứng, thậm chí tôi đã không ăn nhiều.

Khoảng một năm trước, tôi đột ngột cảm thấy đau buốt ở bụng, và cơn đau quá nghiêm trọng làm tôi không thể đứng dậy nổi. Tôi đến bệnh viện, ở đó tôi phải siêu âm và chạy CT, rồi phát hiện rằng tôi bị ung thư buồng trứng. Đó là thời kỳ thứ ba.

"Khối u đã lây lan ra ngoài buồng trứng, dạ con, thận và ruột. Một phần lớn các cơ quan cũng đã bị lây nhiễm. Đó là ung thư di căn cấp tính ở phần bụng. Chúng tôi đề nghị chị nên sử dụng thuốc chống ung thư để giảm những vùng tổn thương và sau đó loại bỏ chúng ra ngoài," bác sĩ đã cho biết. Khi ông ấy nói,

Phần 1

Ung thư của tôi đã biến mất và được chữa lành, thật cảm ơn Fucoidan!

ông ấy không biết tại sao tôi có thể chịu đựng được cho đến bây giờ, tôi bật khóc.

Bác sĩ nói cơ hội phục hồi khoảng 50% và tôi không nên lo lắng. Như vậy, có nghĩa là một trong số hai bệnh nhân có thể sẽ chết, nếu tôi đủ may mắn để sống sót thì tôi đã bị mất đi buồng trứng. Điều đó thật khủng khiếp đối với người phụ nữ, nhưng tôi không còn lựa chọn nào khác.

Tôi nhập viện ngay lập tức và bắt đầu trị liệu bằng thuốc. Họ đã cho tôi làm nhỏ giọt tĩnh mạch bằng một hỗn hợp dung dịch thuốc kết hợp hai loại thuốc chống ung thư có tên gọi là carbonplatin và cyclophosmide. Sau khi hoàn thành chu kỳ thứ nhất, tôi được nghỉ ba tuần, rồi tiếp tục các chu kỳ thuốc điều trị kế tiếp, tổng cộng là sáu chu kỳ như vậy.

Một khi tôi bắt đầu chu kỳ điều trị đầu tiên, phản ứng phụ của thuốc giáng cho tôi một đòn chí tử. Trước hết, tôi buồn nôn kinh khủng. Dịch dạ dày chảy ngược vào dạ dày trống rỗng của tôi, thật là rất đau đớn. Tôi bị rụng hết tóc. Tôi đoán phản ứng phụ của những loại thuốc đó làm ngón chân của tôi trắng bệt và tê cóng. Tôi không chịu đựng nổi những cơn đau đó nữa. Bác sĩ giải thích, cần thuốc chống ung thư thật mạnh để tiêu diệt các tế bào ung thư, nhưng nó cũng có thể tàn phá tế bào hồng cầu trong tủy xương, do đó sự miễn dịch đối với nhiễm trùng sẽ giảm.

Một tuần sau khi hoàn thành chu kỳ thuốc điều trị thứ nhất, các đồng nghiệp của tôi đến thăm. Tôi đang bị hành hạ bởi phản ứng phụ nên tôi thật sự không muốn gặp họ. Nhưng làm thế nào tôi nói "Không"? Tôi mừng vì không có nam đồng nghiệp đến thăm, vì họ rất ngại vào bệnh viện phụ sản.

Suốt thời gian thăm viếng, một người đã giới thiệu Fucoidan với tôi. Cô ấy nói, mẹ cô ấy cũng đã uống chúng khi bị đau đớn bởi ung thư buồng trứng và nó đã giảm nhẹ tác dụng phụ của các thuốc chống ung thư.

Sau khi nghe cô ấy giải thích, tôi sẵn sàng uống Fucoidan. Tôi quyết định giành chiến thắng trong trận chiến này. Tôi uống 20 viên mỗi ngày, 5 viên vào buổi sáng, 5 viên vào buổi trưa, và 10 viên trước khi đi ngủ. Tôi không biết lợi ích của Fucoidan và tôi nhờ em trai tôi tìm hiểu trên mạng internet khi cậy ấy đến thăm tôi ngày hôm sau. Suốt đêm, cậu ấy thu thập được nhiều thông tin hữu ích.

Tôi biết được đó là một loại hỗn hợp siêu nhờ từ Mozuku và lá bào tử tảo nâu nước lạnh Mekabu được tin rằng là nguyên nhân làm cho tế bào ung thư tự tiêu

Phần 1

Ung thư của tôi đã biến mất và được chữa lành, thật cảm ơn Fucoidan!

diệt và tăng cường hệ thống miễn dịch để gián tiếp tấn công tế bào ung thư.

Trong vòng một tuần, phản ứng phụ đã đột ngột thuyên giảm, những cơn đau của tôi cũng giảm dần. Tôi đoán những thay đổi tích cực này chỉ là do tôi nghĩ ra, nhưng khi bắt đầu chu kỳ thuốc trị liệu thứ hai tôi phát hiện đã không còn tác dụng phụ. Bác sĩ cho biết, ông vẫn dùng hỗn hợp dung dịch thuốc như cũ, nhưng tôi hầu như không bị đau đớn. Gương mặt sưng tấy của tôi đã trở lại bình thường, và màu da của tôi cũng đã trở lại như cũ. Tôi cũng đã có thể dọn dẹp sau mỗi bữa ăn. Tôi bắt đầu tin rằng đó là nhờ Fucoidan.

Chu kỳ thứ hai và thứ ba của thuốc trị liệu cũng đã kết khúc, kết quả xét nghiệm cũng đã có. Theo bác sĩ, số lượng bạch cầu và tiểu cầu, ở lần chẩn đoán trước đã giảm đi đáng kể, nhưng bây giờ đã trở lại mức độ bình thường. Di căn ở thận của tôi cũng không còn nữa. Cho đến khi tôi hoàn thành sáu chu kỳ, ung thư đã teo nhỏ và bác sĩ đã có thể thực hiện giải phẫu cắt bỏ buồng trứng cho tôi. Ung thư đã thu nhỏ dưới 0.8 inch, giới hạn trên của phẫu thuật cắt bỏ buồng trứng theo như lời giải thích của bác sĩ trước đó.

Tuy nhiên, tôi đã quyết định tiếp tục trị liệu bằng Fucoidan và không cần sắp xếp để giải phẫu, vì không có buồng trứng thì tôi vĩnh viễn không thể có con nữa. Bác sĩ cũng thông cảm. Sau đó, ông ấy chuyển thuốc chống ung thư sang thuốc uống rồi cũng cho tôi xuất viện. Sau sáu tháng điều trị, tôi trở lại cuộc sống bình thường. Nhưng trước khi đi làm lại, tôi muốn chờ thêm hai tháng nữa cho đến khi bình phục hoàn toàn, thì cũng là lúc ung thư còn lại trong buồng trứng của tôi đã biến mất hoàn toàn.

Bây giờ, cân nặng của tôi là 119 pounds, nặng hơn trước lúc tôi bị ung thư. Tất cả quần áo trước khi điều trị đều đã trở nên quá chật. Tôi không lo lắng gì về chuyện đó, nhưng em trai tôi hay trêu chọc tôi rằng không ai dám cưới một bà béo như tôi đâu.

Tôi đã có thể sẽ chết hoặc không còn khả năng sinh con nữa. Nhiều tháng trong bệnh viện dạy tôi biết tầm quan trọng của cuộc sống và luôn luôn khỏe mạnh sẽ đem đến hạnh phúc hơn là kết hôn.

Phần 1

Ung thư của tôi đã biến mất và được chữa lành, thật cảm ơn Fucoidan!

Prostate Cancer (Ung Thư Tuyến Tiền Liệt),
Pharynx Cancer (Ung Thư Cổ Họng),
Bladder Cancer (Ung Thư Bàng Quang),
và Testicle Cancer (Ung Thư Tinh Hoàn)

[Trường hợp 22]

Prostate Cancer (Ung Thư Tuyến Tiền Liệt)

Đánh bại ung thư tuyến tiền liệt đã lây lan sang chậu hạch bạch cầu.
-- Điều đó chỉ cần Fucoidan

> Ông Keiichi Ninomiya, đã nghi hưu, 77 tuổi, ở thành phố Saga, Saga, Nhật Bản (lời khen tặng từ con trai của bệnh nhân)

Cha tôi được chẩn đoán ung thư tuyến tiền liệt vào mùa hè hai năm trước. Ông ấy bắt đầu gặp khó khăn mỗi khi đi tiểu và phát hiện ra một khối u ở tuyến tiền liệt (nằm ở dưới tinh hoàn). Cha tôi phải ở một đêm trong bệnh viện, để thực hiện xét nghiệm bao gồm đồ thị đánh dấu ung thư có tên gọi PSA, cũng như siêu âm và kiểm tra dược lý (pharmacological). Kết quả cho biết ung thư ác tính đã lây lan sang chậu nút bạch huyết. Đó là giai đoạn D1 và bác sĩ quyết định áp dụng phương pháp anti-androgenic để điều trị, sau khi xem xét tuổi tác của cha tôi.

Cha tôi bị khá sốc và ngạc nhiên khi biết ông ấy bị ung thư. Tôi lo lắng liệu chỉ dùng thuốc thôi có thể chữa lành ung thư không, khi không cần giải phẫu.

Bác sĩ khẳng định với cha tôi rằng ông ấy phải kiên nhẫn và chờ đợi hiệu quả trị liệu trong nay mai, để có thể trở lại cuộc sống bình thường.

Dù sao đi nữa, tôi cũng còn lo lắng. Tôi còn nhớ cảm giác nhẹ nhõm khi tôi tìm thấy một quyển sách trong thư viện nói rằng, 50% bệnh nhân ung thư tuyến tiền liệt có thể "sống sót khoảng 5 năm hoặc lâu hơn."

Cha tôi chắc đang bị dày vò bởi nhưng cơn đau dữ dội vì ông ấy đã chau mài nhăn nhó từ ngày này sang ngày nọ. Cha tôi là một người không bao giờ bỏ cuộc dễ dàng, nhưng tôi đoán ông ấy đang cố che giấu sự đau đớn. Vị giác của cha tôi giảm dần, vì ông thường hay bỏ dở món cá khô khoái khẩu của ông ấy. Thuốc của bệnh viện cho có tên gọi là bicalutamide, tôi không biết chúng tác động thế nào lên cho tôi.

Hai tuần sau lần chẩn đoán đầu tiên, chúng tôi trở lại bệnh viện tái khám. Đồ thị đánh dấu ung thư thứ hai cho thấy bệnh trạng của cha tôi vẫn giữ nguyên như cũ. "Tôi hy vọng nó không lây lan tới xương" bác sĩ đã nói thầm. Tôi trở nên rất hồi hộp.

Phần 1

Ung thư của tôi đã biến mất và được chữa lành, thật cảm ơn Fucoidan!

Ngày đó, cha tôi đã ngất xỉu trên giường của ông ấy, ngay khi vừa về đến nhà. Chúng tôi đã chở nhau đến bệnh viện, thậm chí chỉ một đoạn đường ngắn cũng đủ làm ông ấy kiệt sức. Đó cũng là ngày, vợ đề xuất Fucoidan mà bà ấy thấy được trên tạp chí sức khỏe. Theo bài báo đó, chúng là thực phẩm dinh dưỡng với khả năng chữa trị ung thư. Vì chúng được làm từ tảo nâu Mozuku và lá bào tử tảo nâu nước lạnh Mekabu, do đó sẽ không có phản ứng phụ. Chúng tôi quyết định thử, vì có còn hơn không. Thật lòng mà nói, tôi không tin Fucoidan thật sự có thể điều trị ung thư.

Cha tôi nghe lời khuyên của chúng tôi và uống Fucoidan không chút phản đối. Thật không giống cha tôi chút nào, vì thông thường ông ấy rất ghét phải làm theo yêu cầu của người khác. Tôi đoán, chắc ông ấy đã chịu đựng đau khổ đủ rồi. Đầu tiên, ông ấy chỉ uống 3 viên, những ngày kế tiếp cha tôi bắt đầu uống liều lượng như cũ nhưng 3 lần mỗi ngày. Khoảng một tuần sau, ông ấy uống 5 viên một lần, 3 lần mỗi ngày. Tôi nghĩ chắc cha tôi cảm thấy có sự thay đổi trong cơ thể ông ấy.

Thật ngạc nhiên, cha tôi bắt đầu đi lại xung quanh nhà, chỉ sau hai tuần khi ông ấy bắt đầu uống Fucoidan. Cha tôi cho biết những cơn đau buốt ở bụng dưới đã giảm dần. Kết quả xét nghiệm trong bệnh viện lần này, đồ thị đánh dấu khối u đã giảm đi đáng kể, và điều đó đã động viên chúng tôi rất nhiều. Sau khoảng một tháng hơn, cha tôi đi tiểu bình thường.

Cha tôi phục hồi nhanh chóng và đều đặn ở hai năm tiếp theo, bây giờ đồ thị đánh dấu khối u của cha đã trở lại bình thường. Xét nghiệm cuối cùng cho thấy ung thư của cha tôi đã không hiển thị trên phim siêu âm. Khi bác sĩ nói với cha tôi cứ tiếp tục uống hormone, và ông ấy trả lời "Vâng"

Tuy nhiên, trên đường về nhà, cha tôi nói: "Cha đã không uống thuốc hormone gần sáu tháng nay rồi" và sau đó cười to. Nhìn cha tôi đột nhiên vui tươi một cách kỳ lạ. Chúng tôi thật sự ấn tượng về sức mạnh của Fucoidan.

Phần 1

Ung thư của tôi đã biến mất và được chữa lành, thật cảm ơn Fucoidan!

[Trường hợp 23]

Laryngeal and Pharynx Cancer
(Ung Thư Thanh Quản và Ung Thư Cổ Họng)

Chế ngự ung thư cổ họng cấp tính
-- Tôi rất vui mừng khi không cần phải cắt bỏ thanh quản, từ đó tôi có thể hát karaoke bằng cả con tim.

Ông Kohsuke Izumiya, làm nghề nông, 61 tuổi, ở thành phố Sabae,
Fukui, Nhật Bản

Là một người nghiện hút thuốc, tôi hút ít nhất 40 điếu mỗi ngày. Tôi đã không nghi ngờ rằng một ngày nào đó tôi sẽ bị ung thư. Mỗi năm, khi khám sức khỏe tổng quát, bác sĩ đề nghị tôi bỏ hút thuốc. Tuy nhiên, một người đàn ông thật sự không bao giờ bỏ hút thuốc vì lí do sợ ung thư.

Tôi sở hữu một trang trại, nhưng con trai tôi và nhiều người khác trông coi nó. Tôi có rất nhiều thời gian rảnh rỗi và thú vui ưa thích của tôi là hát karaoke cùng bạn bè.

Tháng tư năm ngoái, giọng của tôi bị khàn và không trở lại bình thường. Tôi đơn giản nghĩ rằng do tôi bị cảm lâu ngày. Đến khi tôi khạc ra máu, tôi bắt đầu lo sợ. Hạch trong cổ họng của tôi đã bị sưng tấy.

Tôi vẫn ngần ngại đến bệnh viện, nhưng bạn bè của tôi ép buộc tôi phải đi xét nghiệm.

Bác sĩ kiểm tra cổ họng của tôi bằng nội soi và chẩn đoán tôi bị ung thư thanh quản. Đó là ung thư phát triển ở thanh môn (Glottis) và ung thư của tôi là ác tính, đồng thời đã lây lan sang các tế bào bạch huyết xung quanh. Ông còn nói, tôi có thể sẽ bị nguy hiểm đến tính mạng nếu không chữa trị, do đó ông đề nghị tôi phải cắt bỏ thanh quản bao gồm dây thanh âm. Đột nhiên, tôi như bị bóng tối bao trùm.

Tôi có thể bỏ hút thuốc, nhưng không chịu được khi không thể không hát karaoke, còn chưa kể đến việc mất đi giọng nói. Bác sĩ giới thiệu với tôi về "esophageal voice" là một phương pháp tạo ra âm thanh bằng cách dùng thực quản. Tôi có xem đoạn video về những bệnh nhân sử dụng esophageal voice và tôi không nghĩ cách đó không thích hợp với tôi.

Tôi tự hỏi bản thân mình, cái gì là quan trọng nhất, mạng sống hay giọng nói. Đây thật là một câu hỏi khó.

Đầu tiên, xạ trị được dùng để ngăn chặn sự lây lan của ung thư. Một ngày trước khi bắt đầu xạ trị, các bạn hát karaoke của tôi ghé thăm tôi ở bệnh viện. Một trong số họ, người ít nói nhất trong nhóm, đưa Fucoidan cho tôi. Anh ấy nói: "Hãy uống loại này, và ung thư sẽ tiêu biến. Bạn sẽ không cảm thấy gì trong suốt quá trình xạ trị" giọng nói thì thầm của anh ấy, không đủ thuyết phục tôi.

Sau khi các bạn tôi ra về, tôi thử vài viên Fucoidan. Cũng

Phần 1

Ung thư của tôi đã biến mất và được chữa lành, thật cảm ơn Fucoidan!

giống như việc tôi thích nuốt khói thuốc hay rượu bia, nuốt những viên Fucoidan thì không thành vấn đề. Tôi uống 7 viên một lần, 4 lần mỗi ngày. Theo tôi được biết, các bệnh nhân thường bị sốt nhẹ và buồn nôn khi làm xạ trị. Nhưng tôi không cảm thấy có gì bất thường. Tôi nghĩ, có lẽ đó là do Fucoidan.

Sau một thời gian, bác sĩ cho biết: "Do xạ trị có vẻ có tác dụng tích cực. Nên chúng ta sẽ kết hợp xạ trị và thuốc chống ung thư để xem chuyện gì sẽ xảy ra. Chúng ta có lẽ không cần phải cắt bỏ dây thanh âm." Câu nói đó của ông ấy làm tôi cảm thấy vui. Khi hộp Fucoidan đầu tiên đã cạn, tôi nhờ con trai mình mua nhiều thêm nữa.

Một tháng sau khi được giới thiệu Fucoidan, tôi cảm thấy cục bướu trong cổ họng của tôi đã teo nhỏ dần. Giọng nói của tôi cũng đã trở lại. Quan trọng hơn nữa, tôi có thể nuốt được thức ăn, đó là biểu hiện của sự phục hồi.

Người ta nói, thuốc chống ung thư làm bệnh nhân buồn nôn hoặc rụng tóc, nhưng những hiện tượng đó không xảy ra với tôi. Tất nhiên, câu nói đó không hoàn toàn đúng vì tôi đã bị hói sẵn.

Hai tháng sau khi nhập viện, bác sĩ nói với tôi rằng ung thư đã trở nên nhỏ dần. Tôi cảm thấy rất vui. Tôi lập tức chạy ra phòng hút thuốc trong bệnh viện và hưởng thụ vài hơi.

Thật không may mắn, bác sĩ nhìn thấy tôi đang hút thuốc, ông ấy la tôi nặng nề. Tôi hiểu, nhiệm vụ của ông ấy là giúp tôi tránh xa thuốc lá, nhưng trong ý nghĩ của tôi, tôi đã hoàn toàn phục hồi.

Một tháng nữa đã trôi qua, và tôi được cho xuất viện. Tôi thật ấn tượng bởi sức mạnh của Fucoidan. Tôi bỏ hút thuốc ở nhà, vì con trai và con dâu sẽ khiển trách nếu tụi nó thấy tôi hút thuốc. Thỉnh thoảng, mỗi khi đi hát karaoke với bạn bè tôi lại không cưỡng lại được việc hút 1 hoặc 2 điếu vì đó là niềm đam mê. Tôi cảm thấy khỏe hơn, thật sự biết ơn Fucoidan. Một năm đã qua sau khi tôi ra viện, và tôi không dám tin rằng tôi đã từng bị ung thư. Bạn bè của tôi thường khen rằng giọng hát của tôi giờ đã tiến bộ hơn trước khi bị ung thư.

Phần 1

Ung thư của tôi đã biến mất và được chữa lành, thật cảm ơn Fucoidan!

[Trường hợp 24]

Bladder Cancer (Ung Thư Bàng Quang)

Tôi đánh bại ung thư bàng quang đã xâm hại từ mặt ngoài vào sâu bên trong
-- Tôi rất may mắn khi khám phá ra Fucoidan

Bà Keiko Yokota, làm nội trợ, 63 tuổi, ở thành phố Ohmagari, Akita, Nhật Bản

Đã hơn 30 năm qua từ khi tôi dọn từ Chiba đến Akita, sau khi lấy chồng. Tôi không hợp với mẹ chồng vì bản tính tôi vui vẻ phóng khoáng, nhưng tôi cố gắng để giữ được hòa khí trong hôn nhân. Mẹ chồng tôi đã tám mươi lăm tuổi nhưng còn rất khỏe mạnh. Bà ấy muốn nắm quyền điều khiển tất cả mọi thứ từ việc nhà, việc của chồng tôi, thậm chí việc dạy dỗ con cái của chúng tôi.

Khoảng thời gian mẹ chồng tôi đối xử tốt với tôi là khi tôi nhập viện vì "ung thư bàng quang" năm năm về trước. Vì ung thư của tôi chỉ ở bề ngoài và được phát hiện ở giai đoạn đầu nên có thể được cắt bỏ bằng nội soi. Tôi phải nằm viện khoảng 2 tháng. Tôi vẫn còn nhớ những trải nghiệm kinh khủng khi tiến hành hóa trị trước và sau khi giải phẫu. Thuốc chống ung thư làm cơ thể tôi không phải là của tôi nữa. Tôi mất hết cảm giác và thường bị đau dạ dày. Mẹ chồng tôi chăm sóc tôi rất kỹ trong suốt quá trình điều trị của tôi.

Tuy nhiên, một khi tôi xuất viện, thái độ của bà ấy đối với tôi, hoàn toàn thay đổi. Bà ấy nói với hàng xóm rằng, tôi có gene xấu nên mới bị ung thư. Tôi quen với việc bà ấy cằn nhằn châm chọc, nhưng các con của tôi thì không thích bà nội hay cằn nhằu mẹ của chúng.

Thời gian qua đi nhanh chóng, tháng 1 năm nay – khi tôi hoàn toàn quên đi ung thư của tôi – kiểm tra định kỳ phát hiện tái phát ung thư. Đã năm năm trôi qua kể từ khi giải phẫu, nhưng lần này ung thư là ác tính và có tính chất lây lan. Bác sĩ cho biết, tôi có lẽ phải tiến hành sấy điện (electroressection) bàng quang.

Khi về tới nhà, tôi tâm sự với chồng mình về chuyện đó, ông ấy cảm thấy rất bất ngờ. Tuy nhiên, mẹ chồng tôi không tỏ ra thông cảm chút nào. Bà ấy nói: " Ta là người duy nhất phản đối cuộc hôn nhân này. Có lẽ, ta phải cứng rắn hơn nữa. Ta chưa bao giờ thấy có con dâu nào mà sẽ chết trước mẹ chồng." Tôi chỉ bị tái phát, tôi chưa chết. Tôi muốn được sống, đơn giản chỉ vì tôi không thể nói những lời tranh cãi cuối cùng với bà ấy.

Tôi mất liên lạc với quê nhà của mình sau khi cha mẹ tôi qua đời, nhưng lần này tôi đã thông báo với anh chị em ruột của mình, trước khi nhập viện lần nữa. Anh trai tôi đến thăm tôi một ngày trước khi nhập viện. Và mang theo Fucoidan bên mình.

Phần 1

Ung thư của tôi đã biến mất và được chữa lành, thật cảm ơn Fucoidan!

Theo lời anh trai tôi, cha vợ của anh ấy bị ung thư dạ dày nhưng đã phục hồi nhờ Fucoidan. Tôi đã từng nghe nhiều chuyện về Fucoidan về khả năng chữa lành ung thư, nhưng tôi không tin lại có loại thực phẩm có tác dụng đối với ung thư. Nghe được cuộc nói chuyện của chúng tôi, mẹ chồng tôi xen vào nói: "Nếu cô có thể bình phục bằng cách uống thứ đó, thì ai cần đến bác sĩ và bệnh viện nữa."

Những lời nói của bà ấy làm tôi nổi cáu, và bây giờ tôi thật sự muốn chữa trị ung thư của tôi bằng mọi cách có thể. Nhìn lại, tôi nghĩ đây là quyết định đã giúp tôi. Tôi không bao giờ biết cái gì đem may mắn đến cho tôi. Cũng ngày đó, tôi uống hết thải 30 viên, đó là liều dùng khá lớn. Tôi không muốn có bất cứ triệu chứng gì của ung thư, vì tôi cũng không chắc phải tìm kiếm cái gì để cải thiện tình trạng của mình. Dù gì đi nữa, Fucoidan là tất cả những gì tôi sử dụng.

Ngày hôm sau, tôi nhập viện và làm xét nghiệm. Bác sĩ quyết định tiến hành hóa trị sử dụng BCG để giữ lại bàng quang của tôi. Đó là tiến trình tiêm khoảng 80mg vi khuẩn lao đã giảm hoạt tính, cùng với nước vào trong bàng quang của tôi. Tôi phải tiêm như vậy mỗi tuần, trong vòng 8 tuần. Bác sĩ đã cảnh báo với tôi về ảnh hưởng mạnh mẽ của phản ứng phụ. Đúng như ông ấy nói, tôi cảm thấy thật kinh khủng trong tuần đầu tiên. Tôi phải thường xuyên đi nhà vệ sinh, nhưng mỗi lần đi tiểu đều bị đau gắt trong bàng quang. Tôi còn cảm thấy hoảng khi nhìn thấy máu trong nước tiểu.

Các triệu chứng đó giảm dần đối với các lần tiêm thuốc mới. Theo lời bác sĩ, ảnh hưởng của phản ứng phụ càng mạnh thì đó là dấu hiệu cho thấy thuốc càng có hiệu quả. Do đó, nếu những phản ứng phụ đó giảm dần, tôi lo lắng mọi thứ không tiến triển theo chiều hướng tốt.

Tuy nhiên, khi bác sĩ nhìn vào kết quả xét nghiệm và khẳng định với tôi rằng thuốc vẫn hoạt động hiệu quả. Ông ấy cho biết ung thư của tôi đã từ từ teo nhỏ lại.

 Tôi phải uống Fucoidan trong suốt tám tuần trị liệu bằng thuốc. Tôi được cho biết rằng trong suốt quá trình điều trị, tình trạng của tôi được cải thiện, do đó tôi đã bớt lo lắng về kết quả sau cùng. Như tôi đã từng trông đợi, bác sĩ nói với tôi ung thư của tôi hoàn toàn không còn có thể nhận ra bằng mắt thường nữa. Một tháng sau, tôi được cho xuất viện. Ung thư đã hoàn toàn biến mất.

Mẹ chồng tôi trông coi nhà cửa trong suốt thời gian tôi nằm viện. Bà ấy có lẽ đã mệt mỏi, vì bà ấy thường xuyên ở trong phòng của bà ấy sau khi tôi trở về. Gần đây bà ấy bỏ nhiều

Phần 1

Ung thư của tôi đã biến mất và được chữa lành, thật cảm ơn Fucoidan!

thời gian nằm trên giường hơn, nhưng bà ấy không thèm nghe lời khuyên của chồng tôi là đi khám bác sĩ.

Bây giờ, tôi ít bị stress hơn vì không còn gặp mẹ chồng tôi thường xuyên nữa, nhưng tôi cảm thấy hơi chán. Tôi đang nghĩ đến việc đưa Fucoidan cho bà ấy uống, để giúp bà ấy khỏe hơn. Tôi không biết liệu bà ấy có nghe lời tôi không. Bà ấy có lẽ sẽ cố chấp từ chối thực phẩm kỳ diệu đã chữa lành cho tôi, trong trường hợp này đó là thiệt thời của bà ấy.

[Trường hợp 25]

Testicle Cancer Stage 3
(Ung Thư Tinh Hoàn Giai Đoạn 3)

Fucoidan chữa lành ung thư tinh hoàn thời kỳ 3
-- Fucoidan ức chế phản ứng phụ của hóa trị

Anh Haruo Takishima, chủ nhân nhà nghỉ B&B, 48 tuổi, ở thành phố Ito, Shizuoka, Nhật Bản

Khoảng tháng mười hai năm ngoái, tôi được chẩn đoán với ung thư tinh hoàn. Bác sĩ sử dụng một cụm từ rất khó là "malignant neoplasm of the testis," (khối u ác tính xuất hiện bất thường nơi tinh hoàn) nhưng đơn giản chỉ là ung thư tinh hoàn. Ung thư của tôi đang ở giai đoạn 3, và di căn được tìm thấy ở trung thất tinh hoàn. Bác sĩ nói với tôi không cần phải lo lắng và đề xuất hóa trị. Tuy vậy, làm sao tôi có thể không lo lắng được? Trên hết, đâu ai trông đợi mắc ung thư, chưa kể là ung thư ở vùng kín?

Tôi thừa nhận, điều này không hoàn toàn đúng sự thật. Thực tế, một bên tinh hoàn của tôi đã sưng phồng và có kích thước gấp đôi bình thường, trước khi chẩn đoán. Chỗ cứng đó cũng đã nhô lên trên bề mặt tinh hoàn. Tôi bị sốt nhẹ nhưng hoàn toàn không bị đau đớn, do đó, tôi không đi khám bác sĩ. Tôi nghĩ đó là sai lầm

142   Sức Mạnh Kỳ Diệu của Fucoidan

của tôi.

Mọi chuyện thậm chí càng ngày càng trở nên tồi tệ hơn, cuối cùng tôi cũng đã đến bệnh viện. Ở đó, tôi được chẩn đoán là ung thư tinh hoàn. Lựa chọn đầu tiên mà bác sĩ đề nghị là cắt bỏ tinh hoàn vì tôi có một cục bướu ở phổi và di căn ở trung thất tinh hoàn, họ xếp loại ung thư của tôi là noseminoma thời kỳ ba. Bác sĩ còn khuyên tôi nên làm hóa trị trước và sẽ quyết định giải phẫu hay không dựa trên kết quả thu được. Bằng mọi giá, tôi phải nhập viện ngay lập tức. Bác sĩ nhấn mạnh cảnh báo tôi rằng không nên đặt niềm tin sai chỗ vào nhưng loại thực phẩm bổ dưỡng hay thuốc gia truyền. Ông ấy nói với tôi rằng chỉ cần tập trung vào cách điều trị mà ông đã đề nghị.

Mặc dù vậy, vợ tôi đã tìm kiếm trên internet và tìm thấy thực phẩm bổ dưỡng có tên gọi là Fucoidan. Bà ấy nhiệt tình giới thiệu cho tôi. Khi bưu kiện được gửi đến nhà cũng là ngày tôi phải nhập viện. Tôi miễn cưỡng mang theo Fucoidan vào bệnh viện, nhưng tôi nghĩ nếu uống Fucoidan có thể cũng không làm tình trạng của tôi tồi tệ hơn.

Tôi không tin vào hiệu quả của Fucoidan. Có lẽ, sự lo lắng của tôi thôi thúc tôi phải làm điều gì đó. Nếu không uống Fucoidan, có lẽ tôi sẽ bị rất hồi hộp. Đồng thời, chúng không hề gây ra phản ứng phụ, nên tôi đã uống 20-30 viên một ngày.

Hóa trị bắt đầu vào ngày thứ ba, sau khi tôi nhập viện. Tôi còn nhớ đó là hỗn hợp cisplatin trộn với cái gì đó. Phản ứng phụ của chúng thật sự rất kinh khủng. Đột nhiên, cơ thể tôi như bị xẻ đôi. Tôi bị viêm họng và mất thính giác. Tôi còn bị mất hết vị giác, rụng tóc và luôn luôn buồn nôn. Những ảnh hưởng đó làm tôi vô cùng khiếp sợ hơn là bị ung thư. Tôi nghĩ, tôi sẽ làm bất cứ thứ gì để thoát khỏi những cơn đau này.

Bác sĩ không ngừng động viên tôi cứ cố gắng chịu đựng. Nhưng ông ấy không làm bất cứ cái gì thật sự hiệu quả để giúp tôi giảm đau. Họ giúp hạ nhiệt ở đầu tôi để tránh rụng tóc, nhưng hoàn toàn vô ích. Đó đâu phải là điều thú vị khi thấy bản thân mình rụng gần khoảng 100 sợi tóc mỗi ngày. Thật sự tôi đã đếm từng sợ tóc rụng mỗi ngày và con số sau cùng thì thật đáng sợ.

Sau khi chu kỳ thứ hai bắt đầu, tôi để ý ảnh hưởng của tác dụng phụ không còn nữa. Tóc của tôi cũng không bị rụng nữa.

Sau khi xét nghiệm, tôi được biết là cục bướu đã hoàn toàn biến mất và di căn ở trung thất tinh hoàn cũng không còn nhìn thấy nữa. Tuy nhiên, có một vài lây nhiễm ở trước phúc mạc bụng, do đó mặc dù ung thư của tôi đã lùi lại thời kỳ hai, nhưng tôi vẫn cần tiếp tục dùng thuốc trị liệu thêm một tháng nữa. Tôi nghĩ, tôi không cần phải cắt bỏ tinh hoàn nữa.

Một tháng sau, trước khi bắt đầu hóa trị, bác sĩ cho chạy CT và siêu âm từng bộ phận khác nhau trên cơ thể tôi. Họ còn thực hiện các xét nghiệm khác như contrastradiography bể thận và chụp scintigraphy xương. Tuy nhiên, kết quả làm tôi ngạc nhiên. Ung thư tinh hoàn của tôi đã giảm, và không còn di căn ở trước phúc mạc bụng nữa. Tôi được cho ra viện ngay lập tức.

Bác sĩ cũng ngạc nhiên và cũng không thể đưa ra lời giải thích hợp lý về sự biến mất của di căn. Tôi nhìn vợ tôi và mỉm cười. Bà ấy cũng cười. Tôi cảm thấy có lỗi khi không cho bác sĩ biết về Fucoidan, nhưng tôi biết ông ấy sẽ không tin.

Khu du lịch Izu, thường vắng vẻ vào mùa đông, do đó nhà nghỉ B&B của chúng tôi hầu như đóng cửa trong suốt những tháng mùa đông. Tuy nhiên, công việc kinh doanh

sẽ bắt đầu trở lại vào tháng năm. Chăm sóc khách hàng, làm tôi quên hết những chuỗi ngày đau đớn trong bệnh viện khi chống chọi với ung thư, nhưng khi tôi có thời gian rảnh rỗi những ký ức đó thỉnh thoảng lại quay lại với tôi.

Bác sĩ căn dặn tôi trở lại tái khám một lần sau mỗi ba tháng. Ba kết quả xét nghiệm tôi nhận được hồi tháng ba, tháng sáu, và tháng chín không tìm thấy ung thư nữa và bây giờ tôi cảm thấy khỏe trở lại. Thậm chí tôi còn tăng cân - mặc dù chỉ tăng 4.5 pounds. Tôi bắt đầu uống bia trở lại, nhưng chỉ với một lượng nhỏ. Tôi uống rượu vang đỏ với vợ tôi trong bữa tối. Tôi không còn bị những bệnh do uống bia rượu nữa vì tôi vẫn còn đang uống Fucoidan. Tôi biết ơn sâu sắc Fucoidan đối với sức khỏe của tôi và cuộc sống hạnh phúc mà tôi có với vợ của tôi.

Skin Cancer (Ung Thư Da),
Thyriod Cancer (Ung Thư Tuyến Giáp),
Malignant Lyphoma (Lyphoma Ác Tính),
Leukemia (Bệnh Bạch Cầu),
Brain Tumor (Khối U Não),
và các chứng bệnh khác

[Trường hợp 26]

Skin Cancer (Ung Thư Da)

Chiến thắng Melanoma ác tính đã lây lan khắp cơ thể -- Thành công sau khi ngừng hoá trị liệu và chỉ dùng duy nhất Fucoidan

Chị Yayae Hishioka, làm nội trợ, 51 tuổi, ở thành phố Fukui, Fukui, Nhật Bản

Khoảng mười năm trước tôi bắt đầu chú ý đến những nốt ruồi trên cơ thể tôi. Đầu tiên là những chấm nhỏ trên mặt và vai mà trước đó không hề thấy. Khoảng 1 năm trước, tôi phát hiện nốt ruồi trên đùi của tôi có đường kính 0.4 inch. Tôi linh cảm những nốt ruồi đó phát triển hằng đêm. Tôi còn nhớ, tôi đã tự hỏi tại sao tôi đột nhiên có những nốt ruồi đó ở những chỗ như vậy.

Tôi bắt đầu đọc những sách nói về nốt ruồi, vì tôi từng nghe đâu đó nói, nốt ruồi cũng có thể dẫn đến ung thư da. Theo như trong sách, những nốt ruồi nguy hiểm có thể thay đổi về màu sắc, kích thước, ở giữa nhô lên hoặc có máu tụ. Tôi nghĩ, nốt ruồi ở đùi của tôi hội tụ đủ hết tất cả các điều kiện kể trên, do đó tôi đến phòng mạch da liễu ngay lập tức, lúc đó là tháng mười một năm ngoái.

Họ lấy một chút sinh huyết (biopsy) của tôi rồi tiến hành soi da và phát hiện tôi bị ung thư da melanoma ác tính, nhưng bác sĩ chỉ gọi nó là "melanoma" có lẽ ông muốn giúp tôi cảm thấy nhẹ nhàng hơn. Tôi làm phẫu thuật ngay lập tức để cắt bỏ nốt ruồi ở đùi, hai nốt khác ở cánh tay, và một ở sau gót chân. Họ cẩn thận rửa sạch những tế bào bạch huyết xung quanh, do đó tôi phải băng bó cho đến khi những vết thương đó lành lại. Theo lời bác sĩ , tôi phải trở lại bệnh viện một lần sau mỗi hai ngày để khử trùng. Tuy nhiên, đây không phải là kết thúc của thử thách.

Ung thư của tôi lại là melanoma có tính chất lây lan trên bề mặt, đó là loại ung thư ác tính. Vì nó đã lây lan ra khắp cơ thể, bác sĩ nói tôi phải đến bệnh viện đa khoa để làm hóa trị. Ông ấy viết giấy giới thiệu cho tôi. Tôi cảm thấy thất vọng với kết quả chẩn đoán. Ai mà không nghĩ mình đã chết sau khi nghe người khác nói "Chị bị ung thư ác tính"?

Bệnh viện làm hóa trị cho tôi như một bệnh nhân ngoại trú,

Phần 1

Ung thư của tôi đã biến mất và được chữa lành, thật cảm ơn Fucoidan!

điều này làm tôi cảm thấy hơi yên lòng. Mặc dù, tôi được chẩn đoán là bị ung thư, nhưng tôi không cảm thấy đau đớn hay có biểu hiện bất bình thường trong cơ thể mình. Do đó, tôi nghĩ tiến hành trị liệu chắc sẽ không thành vấn đề.

Chu kỳ đầu tiên của thuốc trị liệu, chứng minh sai lầm của tôi. Tôi cảm thấy lạnh cóng ở mọi nơi, và da thì khô ráp. Cảm giác như tôi mất dần sự năng động và sinh lực khi từng phút trôi qua. Dạ dày tôi có cảm giác đầy hơi và tôi không muốn ăn. Tôi cũng biết chút ít về phản ứng phụ của thuốc chống ung thư ở một mức độ nào đó, nhưng những đau đớn thực tế còn tồi tệ hơn tôi nghĩ. Tôi còn bị tiêu chảy nặng. Tôi nghĩ hóa trị chắc chắn sẽ giết chết tôi.

Ba ngày sau khi làm hóa trị, chồng tôi mang Fucoidan đến cho tôi, ông ấy nghe về chúng từ đồng nghiệp. Theo lời chồng tôi, thì đây là sản phẩm bổ dưỡng cho sức khỏe và rất hiệu quả trong việc chữa lành ung thư. Ông ấy còn nói về khả năng đè bẹp phản ứng phụ của thuốc trị liệu ung thư của Fucoidan. Tôi bắt đầu uống chúng ngay lập tức. Liều dùng của tôi là 7 viên một lần. Tôi uống chúng một ngày 3 lần vào bữa sáng, bữa trưa và bữa tối. Tôi chọn số 7 vì đó là số may mắn của tôi.

Tiêu chảy của tôi ngừng ngay và cảm giác lạnh cóng cũng giảm dần. Trước ngày bắt đầu chu kỳ thuốc trị liệu tiếp theo, làn da của tôi đã có sức sống trở lại. Tuy nhiên, tôi không chắc đó có phải là do Fucoidan hoặc do độc tố của thuốc chống ung thư đã yếu dần theo thời gian.

Trái ngược hoàn toàn với nỗi sợ của tôi, ở chu kỳ thứ hai tôi ít bị ảnh hưởng bởi tác dụng phụ. Tôi hầu như ngạc nhiên về sự "vắng mặt" của những cơn đau. Thậm chí tôi còn cảm thấy đói bụng. Kể từ đó, tôi bị thuyết phục rằng Fucoidan là nguyên nhân đằng sau của những thay đổi tích cực đó. Tôi muốn ngưng sử dụng thuốc chống ung thư, vì tôi không chắc về hiệu quả của chúng. Do đó, tôi đến tham khảo ý kiến với bác sĩ.

Bác sĩ nói: "Điều đó tùy thuộc vào chị, nếu chị uống Fucoidan. Tôi không thể đề nghị chị nên bỏ thuốc trị liệu, nhưng nếu chị đã muốn, chị có thể thử. Tuy nhiên, nếu kết quả xét nghiệm cho thấy bệnh trạng của chị trở nên xấu đi, chị bắt buộc phải tiếp tục hóa trị với thuốc chống ung thư." Tôi đã quyết tâm, cuối cùng thì bác sĩ cũng phải nhượng bộ.

Sau đó, tôi bắt đầu trị liệu bằng cách riêng của tôi, đó là uống Fucoidan hằng ngày. Điều đó đâu có gì khó và tất cả tôi cần làm là bỏ những viên đó vào miệng trong khi đang làm việc nhà. Việc làm này thật sự rất dễ dàng, do đó tôi nghĩ nó không đủ tiêu chuẩn để được xem là phương pháp trị liệu. Tôi dần dần quên đi ung thư trong người tôi. Tôi không có triệu chứng đáng ngại và cơ thể tôi cũng giữ nguyên tình trạng tốt.

Phần 1

Ung thư của tôi đã biến mất và được chữa lành, thật cảm ơn Fucoidan!

Kiểm tra định kỳ cho thấy không có gì bất thường, và vào tháng tư năm ấy, bác sĩ của tôi nói rằng tôi hoàn toàn hồi phục. Tôi vẫn còn những nốt ruồi. Tôi cảm thấy chúng đã trở nên ít thấy hơn, mặc dù chồng tôi và các con không đồng ý chuyện đó. Tuy nhiên, bây giờ tôi không thể không chú ý đến những nốt ruồi đó, mặc dù biết đó không phải là melanoma.

Tôi vẫn tiếp tục uống Fucoidan, nhưng đã giảm đi liều dùng vào tháng bảy, chỉ còn 7 viên một ngày. Tôi sẽ tiếp tục liệu pháp Fucoidan trong một thời gian nữa. Nếu tôi bị bệnh, tôi sẽ uống nhiều viên hơn và tôi sẽ cảm thấy khỏe hơn.

Thyroid Carcinoma (Ung Thư Tuyến Giáp)

Điều trị ung thư tuyến giáp ác tính chưa phân hóa mà không cần phải giải phẫu -- Fucoidan rất hiệu quả trong chữa trị ung thư tuyến giáp

Anh Junichi Nakagawa, nhân viên văn phòng, 58 tuổi, ở thành phố Tanabe, Wakayama. Nhật Bản

Mùa đông hai năm trước, kiểm tra sức khỏe hàng năm tại công ty của tôi tìm thấy một khối u. Bệnh viện đa khoa sau đó đã kiểm tra lại cho tôi và chẩn đoán là ung thư tuyến giáp.

Tôi không có triệu chứng gì đáng ngại, ngoại trừ có một cục bướu to ở cổ. Bác sĩ nói đó là well-differentiated carcinoma tương đối nhẹ. Nó thật không có ý nghĩa gì với tôi rằng ung thư đó là nặng hay nhẹ. Tại thời điểm đó, ung thư của tôi hầu như vẫn còn nhỏ.

Tôi quá bận với công việc trong thời gian đó, tôi cảm thấy tôi không thể nghỉ phép một thời gian dài vì phải nhập viện điều trị. Công ty của tôi chỉ có 15 người, và tôi phụ trách giám sát các hoạt động kế toán. Tôi giải thích với bác sĩ và hoãn lại ngày nhập viện khoảng hai tháng. Trong khi đó tôi bắt đầu uống Fucoidan. Chúng được giới thiệu cho tôi

Phần 1

Ung thư của tôi đã biến mất và được chữa lành, thật cảm ơn Fucoidan!

bởi nhân viên của công ty đối tác. Tôi không có nhiều kỳ vọng, nhưng bất cứ cái gì cũng được chỉ cần làm ung thư của tôi giảm nhẹ. Tôi uống 15 viên Fucoidan một ngày.

Thật bất ngờ, Fucoidan đã thật hiệu quả và ung thư của tôi trở nên nhỏ đi đáng kể. Tôi tiếp tục uống Fucoidan trong một thời gian, nhưng sau khi ung thư của tôi hoàn toàn biến mất vào tháng năm. Tôi ngưng uống Fucoidan. Tôi đến bệnh viện tái khám mỗi ba tháng một lần để chắc chắn nó không tái phát.

Đến tháng bảy năm ấy, giọng tôi bị khàn và cái bướu ở cổ xuất hiện trở lại. Tôi nhanh chóng đi khám bác sĩ, họ phát hiện tái phát ung thư tuyến giáp. Nhưng lần này, nó là loại un-differentiated carcinoma, loại ung thư rất trầm trọng. Nó đã lây lan sang phổi của tôi, nên bác sĩ đề nghị tôi cắt bỏ toàn bộ tuyến giáp và sau đó áp dụng phương pháp điều trị isotope.

Công ty tôi lúc đó, cũng đang đối mặt với tình huống gây go, cũng giống như cơ thể tôi. Chúng tôi cố gắng vay nợ từ ngân hàng nếu không công ty của chúng tôi sẽ bị tuột dốc. Mặc dù, tôi lo lắng cho sức khỏe của mình nhưng tôi không thể thực hiện giải phẫu thuật cho đến khi ngân hàng đồng ý cho vay. Do không có các triệu chứng đáng ngại, ngoại trừ giọng nói khàn khàn, đó là chuyện tốt cho quyết định hoãn phẫu thuật.

Bác sĩ khuyên: "Không như lần trước, lần này có chút phức tạp. Chúng tôi không chắc có thể giữ được mạng sống cho anh." Không quan tâm đến lời cảnh báo nghiêm túc của bác sĩ, tôi cũng không cảm quá tệ vì tôi đã có Fucoidan. Tuy vậy, tôi hoàn toàn hiểu rất rõ rằng ung thư mà tôi đã chữa lành là well-differentiated carcinoma. Còn ung thư này đã di căn tới phổi, nên nếu tôi biết muốn loại bỏ chúng, có thể sẽ rất khó khăn.

Tôi bắt đầu uống Fucoidan trở lại. Liều dùng lần trước là 15 viên một ngày, nhưng lần này tôi quyết định uống 15 viên một lần, 3 lần một ngày. Tôi chỉ đơn giản nghĩ, nếu tôi uống càng nhiều thì cơ hội để tôi chữa lành ung thư càng cao.

Cuối cùng ngân hàng cũng cho chúng tôi vay nợ, và lúc đó tôi cũng sẵn sàng làm giải phẫu. Một tháng, mười ngày đã qua, sau lần tái khám ở bệnh viện. Tôi lập tức được nhập viện và tiến hành những xét nghiệm trước phẫu thuật. Bác sĩ của tôi ngạc nhiên (đó là điều tôi mong đợi) di căn ở phổi đã hoàn toàn biến mất và ung thư ở tuyến giáp của tôi cũng đã nhỏ dần.

Tôi không thể quyết định về việc có nên hay không khi tôi thực hiện giải phẫu. Vì tôi đã tin tưởng vào Fucoidan. Cuối cùng tôi xin bác sĩ cho tôi xuất viện. Bệnh viện có vẻ rất thích thú về Fucoidan và họ có thể sẽ nghiên cứu thêm về chúng một cách khoa học.

Tôi vẫn tiếp tục uống Fucoidan, đơn giản vì tôi không muốn bị tái phát thêm một lần nào nữa. Liều dùng của tôi đã giảm còn 15 viên một ngày. Công việc kinh doanh của công ty tôi đã khá hơn, cũng như nó là bản sao của bệnh tình của tôi. Và tôi chỉ biết cám ơn Fucoidan.

Phần 1

Ung thư của tôi đã biến mất và được chữa lành, thật cảm ơn Fucoidan!

Lymphoma

Chế ngự lymphoma ác tính đã lây lan khắp cơ thể -- Hiệu quả khi kết hợp Fucoidan và hóa trị

Anh Minao Kiyokawa, thành viên một tổ chức, 52 tuổi, ở thành phố
Setagaya-ku, Tokyo, Nhật Bản

Tháng tư năm ngoái, tôi quyết định vào viện để kiểm tra cục hạch ở dưới nách, nó đã sưng tấy trong thời gian qua. Đồng thời, tôi đổ rất nhiều mồ hôi vào ban đêm và vợ tôi đề nghị tôi nên đi gặp bác sĩ. Mẫu sinh huyết (biopsy) của tôi cho thấy tôi bị lymphoma ác tính. Sau chẩn đoán ban đầu, bệnh viện tiếp tục làm thêm nhiều xét nghiệm khác bao gồm soi dạ dày, chạy CT, gallium scintillation, và soi tủy xương để đánh giá sự lây lan của tổn thương ung thư.

Trong khi chờ kết quả trong bệnh viện, vợ tôi mua Fucoidan, loại mà bà ấy nói rất hiệu quả đối với ung thư. Nhưng tôi ghét những thứ như tín ngưỡng hay thực phẩm bổ dưỡng. Tôi còn nhớ, tôi đã giận dữ mà nói rằng: "tôi không muốn nhìn thấy chúng."

Kết quả xét nghiệm phát hiện đó là loại lymphoma ác

Phần 1

Ung thư của tôi đã biến mất và được chữa lành, thật cảm ơn Fucoidan!

tính non-Hodhkin's ở giai đoạn 3. Bác sĩ quyết định sử dụng thuốc chống ung thư có tên gọi là CHOP.

Tôi tiến hành thuốc trị liệu hai tuần một chu kỳ, tổng cộng năm chu kỳ. Bác sĩ dặn tôi phải thông báo chi tiết tình trạng của tôi với y tá, nhưng ông ấy cảnh báo rằng tôi sẽ cảm thấy rất đau đớn một khi trị liệu bắt đầu.

Ở chu kỳ đầu tiên, tôi có cảm giác như bị đẩy xuống vực thẳm. Lúc đó khoảng cuối tháng 4, năng lượng cứ thoát ra khỏi người tôi và tôi không ngừng run rẩy. Nhìn thấy thức ăn tôi lại buồn nôn. Đầu óc tôi mụ mị, tôi không muốn suy nghĩ gì nữa. Tôi biết, đó là "phản ứng phụ của thuốc chống ung thư," nhưng tôi đã vượt qua chúng bằng quán tính và không muốn làm bất cứ điều gì. Da mặt tôi trở nên đen sạm, vợ tôi nói mắt tôi không còn chút sinh khí.

Tôi cũng cảm thấy như vậy – thậm chí còn tệ hơn – khi chu kỳ CHOP thứ hai bắt đầu. Tôi hầu như không còn muốn sống khi bắt đầu CHOP lần thứ hai. Tôi nằm mê man trên giường, khi vợ tôi kể tôi nghe về con chó "Gonta" của chúng tôi. Nó đã được chúng tôi nuôi khoảng sáu năm. Tôi là người thường dẫn nó đi dạo hằng ngày, do đó tôi lo nó sẽ cảm thấy cô đơn nếu không có tôi.

Vợ tôi nói, con Gonta từng bị bệnh ngoài da rất nặng và nó quằn quại vì những cơn đau. Nhưng sau khi bà ấy trộn Fucoidan vào thức ăn của nó, thì sau hai ngày những viêm nhiễm đã biến mất. Tôi chỉ nghe bà ấy kể mà không suy nghĩ nhiều về nó, nhưng sau khi vợ tôi về, tôi với tay lấy hộp Fucoidan. Tính toán xem tôi phải uống bao nhiêu viên, nếu tôi nặng gấp bảy lần con Gonta thì tôi phải uống rất nhiều viên, bốn lần một ngày. Tôi nghĩ tôi sẽ liều mạng để tình trạng của tôi tốt hơn.

Tôi không nhớ khi nào chúng bắt đầu có hiệu quả. Trước khi tôi biết điều đó, thì tôi đã không còn bị đau đớn bởi phản ứng phụ của thuốc chống ung thư nữa. Vợ tôi nói rằng, da mặt tôi đã trở nên hồng hào và mắt tôi đã có hồn trở lại sau khi chu kỳ thuốc trị liệu thứ ba bắt đầu.

Vì lẽ đó, tôi quyết định chống chọi với lymphoma ác tính bằng cách kết hợp thuốc kháng ung thư và Fucoidan. Y tá cảm thấy ngạc nhiên về tốc độ phục hồi

Phần 1

Ung thư của tôi đã biến mất và được chữa lành, thật cảm ơn Fucoidan!

nhanh chóng của tôi, mặc dù tôi cần thêm ba tháng nữa mới có thể loại bỏ hoàn toàn ung thư. Tuy nhiên, trong suốt ba tháng đó tôi hầu như chỉ uống Fucoidan mà không sử dụng thuốc trị liệu nhiều. Tôi nghĩ tôi phải uống chúng sớm hơn, nhưng tôi không nói ra điều đó trước mặt vợ tôi. Nói cho cùng thì tôi cũng phải giữ lại một chút tự trọng.

Tôi được bác sĩ cho xuất viện vào tháng chín và trở lại làm việc vào tháng mười. Tôi đã "nghỉ phép" trong một thời gian rất dài. Tôi không thể quên cảm giác thoải mái dâng trào khi đi dạo với Gonta hôm mới ra viện. Gonta vẫn còn nhớ rõ gương mặt và giọng nói của tôi. Nếu nó không khỏe lại nhờ Fucoidan, thì có lẽ tôi vẫn còn nằm viện hay thậm chí đã sang thế giới bên kia. Tôi thấy vui mừng khi mình đã đánh bại ung thư. Hằng ngày, tôi trân trọng niềm vui được ở với gia đình của tôi và con Gonta.

Leukemia (Bệnh Bạch Cầu)

Phục hồi từ bệnh bạch cầu mạn tính sau khi chẩn đoán chỉ còn một năm nữa để sống -- Fucoidan cứu sống tôi trong thời khắc quan trọng nhất!

Chị Fuki Oomura, đã nghỉ hưu, 42 tuổi, ở thành phố Higashi Kurume, Tokyo, Nhật Bản

Năm năm trước, tôi phát hiện tôi bị bệnh bạch cầu, một loại ung thư máu. Tôi bị dày vò bởi thiếu máu, chóng mặt, và nướu răng hay bị phồng rộp. Thỉnh thoảng tôi còn bị sốt cao và suy nhược. Sau một vài xét nghiệm, bệnh viện chẩn đoán đó là chronic myelogenous leukemia (bạch cầu mạn tính trong tủy xương), nói đơn giản là tế bào ung thư phát triển tủy xương.

Tôi nhập viện và bắt đầu điều trị, tôi được thực hiện hóa trị và interferon. Tuy vậy, bệnh trạng của tôi không hề có chút cải thiện, nó cũng không tồi tệ hơn. Sau một năm điều trị, bác sĩ cho tôi xuất viện về nhà. Mặc dù vậy, năm đó có thể nói là năm có những biến động lớn trong gia đình tôi. Sự tích tụ nhiều yếu tố khác nhau gây ra sự rạng nứt tình cảm giữ tôi và chồng tôi, và cuối cùng chúng tôi ly hôn. Trong hai đứa con của chúng tôi thì con gái lớn về ở với tôi. Lúc đó nó mới

Phần 1

Ung thư của tôi đã biến mất và được chữa lành, thật cảm ơn Fucoidan!

vào năm đầu đại học. Cả hai chúng tôi đều dọn về nhà ngoại.

Có lẽ, những thay đổi trong cuộc sống hôn nhân ảnh hưởng nhiều đến tình trạng của tôi, vốn đã được ổn định. Một năm sau, vào tháng năm, tôi bị đau buốt ở lá lách và tôi phải nhập viện lần thứ hai.

Lần này, chronic myelogenous leukemia đã trở thành cấp tính. Tôi đã bị mắc phải "blastic crisis" mà bác sĩ đã từng cảnh báo.

Bệnh bạch cầu được xem là ổn định khi nó ở giai đoạn mạn tính. Một khi nó biến tính thành blastic crisis, thì bệnh nhân chỉ còn nhiều nhất, một năm để sống. Đối với những bệnh nhân bị blastic crisis, thì phải tiến hành cấy ghép tủy mới có cơ hội sống sót. Tuy nhiên, trong trường hợp này, họ không tìm thấy loại tủy xương hiến tặng nào phù hợp. Do đó, tôi phải làm trị liệu giảm bớt hoạt tính, có liên quan đến hóa trị để bình thường hóa tình trạng của tủy xương. Nhưng phản ứng phụ của thuốc ảnh hưởng quá mạnh lên chức năng gan của tôi và tôi cũng bị buồn nôn. Tôi cảm thấy như thể mỗi lần điều trị là mỗi lần đưa tôi một bước gần hơn với cái chết.

Sau khoảng ba tháng từ khi bộc phát blastic crisis, con gái tôi đem Fucoidan đến cho tôi. Nó đã bắt đầu đi làm thêm và chỉ có thể đến bệnh viện thăm tôi vào mỗi cuối tuần. Tuy nhiên, hôm đó nó lại đến vào ngày thường. Nó nói, nó tìm thấy Fucoidan ở trên internet, đó là một loại thực phẩm bổ dưỡng.

Không biết đó là gì, tôi tham khảo với bác sĩ về Fucoidan. Ông ấy nói: "Một khi con gái của chị đã bỏ công cố gắng tìm kiếm cho chị, thì tại sao chị không thử?" Ông ấy có vẻ cũng tò mò lắm, nhưng tôi thì không nghĩ nó sẽ có tác dụng.

Dù sao đi nữa, lúc đó tôi bắt đầu uống 8 viên, 3 lần một ngày, theo như lời chỉ dẫn của con gái tôi. Từ đó, phản ứng phụ của thuốc hóa trị cũng giảm đi đáng kể. Tôi vui mừng vì đã loại bỏ được những ảnh hưởng của tác dụng phụ, và tôi cũng có thể nói cơ thể tôi cũng có sự cải thiện.

Đến tháng 9 năm ngoái, bác sĩ ngưng trị liệu giảm bớt hoạt tính và theo dõi sự tiến bộ của tôi. Số lượng tiểu cầu và bạch cầu trung tính đếm được không còn giảm đi nữa mà đã ổn định ở mức bình thường. Tôi còn được cho biết rằng, tế bào sinh huyết trong cơ thể tôi cũng đã có sự khác biệt một cách tích cực. Tôi không biết

Phần 1

Ung thư của tôi đã biến mất và được chữa lành, thật cảm ơn Fucoidan!

chuyện gì xảy ra trong cơ thể mình nhưng thức ăn đã trở nên rất ngon.

Bác sĩ dặn tôi không được chủ quan sơ hở. Leukemia, theo lời giải thích của ông ấy, là một căn bệnh nan y sẽ đeo bám người bệnh cho đến cuối đời. Dù sao đi nữa, tôi đã qua được giai đoạn nguy hiểm, khi tôi nghĩ tôi chỉ còn một năm để sống. Tôi nợ Fucoidan vì chúng dẫn tôi trở lại cuộc sống bình thường. Tôi đánh giá cao niềm vui được sống, và trân trọng mỗi khoảnh khắc quý giá đó. Cảm ơn bạn, Fucoidan!

Lung Cancer Proliferate to Brain
(Ung Thư Phổi đã lây lan lên Não)

Đối đầu với khối u trong não do ung thư phổi di căn -- Sức mạnh kỳ diệu của Fucoidan đã chữa lành khối u không thể phẫu thuật!

Anh Sagao Inoue, nhân viên văn phòng, 54 tuổi, ở thành phố Yokohama, Kanagawa, Nhật Bản

Ba năm trước, tôi được cho xuất viện sau khi cắt bỏ phổi. Tôi may mắn vì ung thư ở phổi phải được phát hiện sớm khi ổ dịch vẫn còn nhỏ. Dù vậy, tôi thường rất sợ chúng sẽ tái phát. Mặc dù, ở lần xét nghiệm một năm về trước, tôi được khẳng định rằng không có tái phát được tìm thấy, nhưng cảm giác sống cuộc sống "bình thường" không tồn tại lâu.

Buổi sáng hôm nọ, tôi bị đau đầu kinh khủng và đi kèm là buồn nôn. Ngay sau đó, cả bàn tay tôi bị tê cứng. Tôi trở lại bệnh viện sau hai tháng để tìm hiểu chuyện gì đã gây ra những triệu chứng này.

Sau khi chạy CT, MRI, và xét nghiệm bằng tia X (angiography), bác sĩ chẩn đoán tôi bị ung thư não di căn. Ông còn nói có lẽ ung thư ở phổi đã lây lan lên não. Bất ngờ, tôi bị đẩy vào sự tuyệt vọng. Tồi tệ hơn nữa, nó không

Phần 1

Ung thư của tôi đã biến mất và được chữa lành, thật cảm ơn Fucoidan!

phải là một vùng tổn thương mà ít nhất là năm vùng. (Vì bác sĩ không nói chính xác là bao nhiêu nên làm tôi cảm thấy thật lo lắng.) Bác sĩ nói khối u có lẽ sẽ không được chữa trị hoàn toàn vì không thể thực hiện giải phẫu (Một lần nữa, đó là sự vô trách nhiệm, biểu hiện lại không rõ ràng)

Bệnh viện bố trí một phòng trống cho tôi ngay lập tức và yêu cầu tôi trở lại nhập viện sau một tuần.

Tôi trình bày những gì đã xảy ra với công ty. Họ đã rất tốt khi còn giữ tôi lại, khi tôi bị ung thư phổi lần trước, nhưng lần này tình huống đã khác trước. Một phần do tôi đã sử dụng hết thời gian nghỉ phép, mặc khác công ty không hoạt động tốt do suy thoái. Do đó tôi rời bỏ công ty, nơi tôi đã làm việc hơn 30 năm. Toàn bộ số tiền hưu của tôi sẽ chi trả cho chi phí điều trị lần này.

Tôi trở nên không tin tưởng vào bệnh viện và bác sĩ của tôi nữa. Tôi nghĩ họ vô trách nhiệm đối với bệnh nhận. Tuy nhiên, vì là bệnh nhân, tôi không có lựa chọn nào khác. Bên cạnh đó, tôi có cảm giác rằng chính tôi cũng có khả năng vượt qua thử thách này. Ví dụ như Kouki Morita, cầu thủ bóng chày đã chiến thắng ung thư não, người từng chơi cho đội Yokohama BayStars, đội chủ nhà của thành phố tôi đang ở, và lòng can đảm của anh ấy thực sự trở thành nguồn hỗ trợ tâm lý của tôi. Tất nhiên, khối u của anh ấy, ở giai đoạn đầu còn của tôi thì khác, nhưng cũng không thành vấn đề.

Đầu tiên, tôi tìm kiếm trên internet xem có lựa chọn nào khác không. Sử dụng cụm từ "khối u não" và "di căn" là từ khóa, tôi nhấn vào toàn bộ những trang có nội dung phù hợp. Cuối cùng tôi tìm được Fucoidan. Tôi bắt đầu uống chúng, vì tôi nghĩ tốt hơn là không làm gì. Tôi uống 35 viên một ngày khoảng hơn một năm. Tôi không bao giờ ngừng hy vọng, tôi biết cuối cùng chúng sẽ mang chiến thắng đến với tôi.

Tôi nhập viện ba ngày sau đó. Sau khi, kiểm tra chi tiết, tôi bắt đầu xạ trị. Tiến trình đó bao gồm dùng một mảnh thiết bị chiếu xạ gọi là "gamma knife" (dao gamma) dung để đốt mô ung thư. Đó là một thủ thuật tương đối dễ dàng mà không có nhiều phản ứng phụ. Tuy nhiên, dao gamma cũng không loại bỏ hết các mô ung thư.

Tiến trình điều trị tiếp theo là hóa trị. Do phản ứng phụ của nó, tệ hơn gấp nhiều lần so với những gì tôi từng trải trong suốt quá trình điều trị ung thư phổi lúc trước. Tôi suy nhược bởi buồn nôn, đau dạ dày, da dẻ bất thường, và toàn thân hoạt động sai chức năng. Khi tôi cố gắng hoàn thành chu kỳ thứ ba, toàn thân tôi như "giẻ rách." Mặc dù, đã uống Fucoidan trong suốt quá trình điều trị, nhưng hiệu lực của nó vẫn không được thể hiện, cho đến chu kỳ thứ tư, khi tôi cảm nhận tất cả đau đớn và dày vò đã biến mất một cách kỳ diệu.

Tôi đã không thể nghỉ ngơi sau khi hoàn thành các chu kỳ

Phần 1

Ung thư của tôi đã biến mất và được chữa lành, thật cảm ơn Fucoidan!

hóa trị đau đớn. Bác sĩ nói, bất kỳ triệu chứng khác thường hoặc rối loạn ý thức đều là dấu hiệu của khối u phát triển nhanh dần. Nhưng trong vòng một tháng, tôi không còn bị đau đầu nữa và cảm giác toàn thân tê cứng cũng biến mất. Tôi phục hồi chức năng trong bệnh viện. Ban đầu, tôi không thể đi quá 15 feet, nhưng khi sẵn sàng xuất viện thì tôi đã có thể đi lại bình thường. Tôi đã trải qua tổng cộng tám tháng trong bệnh viện.

Mọi người trong bệnh viện mô tả sự phục hồi của tôi là "một điều kỳ diệu" vì họ đã không bao giờ thấy bệnh nhân đánh bại khối u não di căn. Tôi tin rằng ý chí không đầu hàng của tôi đã giúp tôi vượt qua thử thách này.

Ung thư lại có thể sẽ trở lại và di căn bất cứ lúc nào, do đó tôi vẫn tiếp tục uống Fucoidan mỗi ngày. Và hầu như không giảm liều dùng. Tôi chưa tìm được công việc phù hợp, và chúng tôi đang sống phụ thuộc vào tiền lương vợ tôi mang về từ công việc làm bán thời gian của bà ấy. Thật là khó cho một người ngoài năm mươi tuổi tìm việc làm, thậm chí còn khó hơn khi người đó mới phục hồi từ ung thư. Đơn giản là tôi sẽ không bỏ cuộc, vì nó sẽ làm chiến thắng của tôi trong cuộc chống chọi với ung thư hoàn toàn vô nghĩa. Một khi tôi còn sống, tôi không bao giờ mất hy vọng trong cuộc sống.

Hypertension (Cao Huyết Áp)

**Giảm cao huyết áp mạn tính
-- Fucoidan đưa huyết áp của tôi trở lại bình
thường**

Ông Yasumori Maekawa, làm nghề nông, 61 tuổi. ở thành phố Aomori,
Aomori, Nhật Bản

Trong vòng mười năm qua, tôi trở nên nghiện rượu nặng. Không cần biết tôi uống bao nhiêu rượu bia vào tối hôm trước, hôm sau ra đồng tôi cũng có thể làm việc bình thường. Tôi không bao giờ lo lắng cho sức khỏe của tôi.

Tuy nhiên, sự thờ ơ ngu ngốc của tôi đối với sức khỏe của mình đã dẫn đến kết quả tôi tăng cân khi ở tuổi 40. Cân nặng của tôi tăng đột ngột 44 pounds, và trở thành 176 pounds. Mọi người xung quanh nói, tôi đã béo lên quá nhiều, nhưng tôi không quan tâm. Chuyện duy nhất mà tôi lo lắng là huyết áp đo tại phòng đợi của hợp tác xã nông nghiệp. Huyết áp cao nhất của tôi 200+ và thấp nhất là 120 đến 130. Tôi giả vờ không lo lắng, và thậm chí còn nói đùa rằng máy đo huyết áp đó cần phải được sửa chữa. Lần sau, tôi đến kiểm tra sức khỏe được tổ chức bởi thành phố nơi tôi ở, bác sĩ phát hiện tôi bị cao huyết áp. Họ cho tôi một số thuốc, nhưng những loại thuốc đó không thấy có hiệu quả.

Phần 1

Ung thư của tôi đã biến mất và được chữa lành, thật cảm ơn Fucoidan!

Sau chẩn đoán, tôi không có triệu chứng gì đáng ngại, hoặc đó chỉ là ý nghĩ của tôi. Nhưng nhìn lại, thì đã có dấu hiệu cảnh báo. Tôi đã đổ mồ hôi như nước khi trời không nóng, rồi bị nghẹt thở và cảm thấy tim đập nhanh khi ở ngoài đồng. Tôi nghĩ, đó là do tuổi già sức yếu nhưng vợ tôi còn có thể mang vác nặng và làm việc cật lực mà! Do đó, tôi nghĩ đó không thể chỉ là do tuổi tác. Mỗi khi kiểm tra sức khỏe, bác sĩ sẽ nói rằng, ông ấy nghe thấy tiếng ồn ở tim của tôi và cảnh báo tôi phải chăm sóc sức khỏe. Thật lòng mà nói, tôi cũng không biết phải làm sao chăm sóc.

Tháng sáu năm ngoái, tôi bị ngất xỉu 2 lần khi ở ngoài đồng. Sau mỗi lần như vậy, tôi lại khỏe lại sau khoảng năm hoặc sáu phút nằm nghỉ. Tuy nhiên, cơn bệnh hồi tháng tám mới là đáng sợ. Tôi có cảm giác toàn bộ máu trong cơ thể đang đổ dồn xuống dưới, tim tôi đập mạnh như chuông báo cháy. Mặt tôi nhợt nhạt, và tôi ngã quỵ tại chỗ. Vợ tôi đã xông tới để cứu nguy cho tôi.

Chuyện đó thật sự làm tôi sợ nên tôi đã đến bệnh viện thành phố khám. Bác sĩ nói tôi có biểu hiện arteriosclerosis (xơ cứng động mạch), và có nguy cơ dẫn đến tai biến mạch máu não và đột quỵ. Họ còn nói rằng nó sẽ xảy ra bất cứ khi nào.

Bác sĩ bắt tôi phải tiến hành giảm cân, bỏ hút thuốc và vĩnh viễn bỏ rượu bia. Do vợ tôi ngồi bên cạnh tôi lúc đó, nên

bà ấy giấu hết gạt tàn thuốc và rượu sake ngay khi vừa về
đến nhà.

Vợ tôi rất thích các loại thực phẩm bổ dưỡng, và bà ấy dễ
dàng bị thuyết phục bởi những lời nói như "xx sẽ giảm cao
máu" và "yy sẽ tăng chức năng gan." Một khi vợ tôi thấy
loại nào bà ấy thích, bà ấy đặt mua chúng ngay lập tức. Tôi
đã thử khoảng 20 loại sản phẩm khác nhau, loại mà bà ấy
nói rất hiệu quả trong việc giảm cao huyết áp, nhưng không
một loại nào có hiệu quả. Tôi nhanh chóng cảm thấy chán
nản và không còn hứng thú chỉ trong hai hoặc ba tuần sử
dụng chúng, nói một cách công bằng, tôi không biết liệu chúng
có hiệu quả hay không.

Vào mùa xuân, con trai tôi – đứa ở Tokyo - gọi về và nói
với tôi về Fucoidan, loại này hiệu quả trong việc giảm cao
huyết áp. Vợ tôi chắc đã gọi nó để hỏi lời khuyên. Con trai
tôi nói, nó cũng đang uống Fucoidan và khuyến khích tôi
thử nó. Tôi thường không nghe lời vợ mình, nhưng tôi rất
yêu quý con trai tôi. Một cách nhanh chóng, con trai tôi đã
gửi bưu kiện về bằng chuyển phát nhanh. Trong bưu kiện,
có rất nhiều hộp Fucoidan. Đủ cho một vài tuần, tôi bắt đầu
uống 10 viên một lần, 3 lần mỗi ngày, vì tôi muốn loại bỏ
bệnh càng sớm càng tốt.

Trong vòng một tháng, huyết áp của tôi bắt đầu hạ. Theo
máy đo huyết áp ở hợp tác xã nông nghiệp thì huyết áp của

Phần 1

Ung thư của tôi đã biến mất và được chữa lành, thật cảm ơn Fucoidan!

tôi chỉ còn 170/110. Đó thật sự là một điều kỳ diệu! Khi tôi đo huyết áp ở bệnh viện, kết quả là 168/113. Cân nặng của tôi cũng sụt từ 176 pounds còn 150 pounds, mặc dù tôi không tập thể dục nhiều. Tôi còn nhớ cảm giác khỏe mạnh khi ở ngoài đồng và tôi đã làm việc hăng say để đốt bớt năng lượng.

Sáu tháng sau, huyết áp của tôi hạ xuống chỉ còn 130/85 và cân nặng 143 pounds, điều đó làm tôi rất ngạc nhiên, Vợ tôi có lẽ đã nhận ra sức mạnh của Fucoidan nhiều hơn tôi nghĩ.

Tôi không đến bệnh viện trong khoảng hai tháng, vì bác sĩ dặn tôi không cần phải trở lại tái khám thường xuyên nữa. "Chỉ trở lại khi huyết áp của anh tăng quá cao hoặc khi anh cảm thấy bị ngạt thở," bác sĩ đã nói vậy. Tôi nghe nói Fucoidan có cũng hiệu quả đối với ung thư, tôi cũng nghĩ như vậy. Vì chúng đã làm hạ huyết áp của tôi của tôi nên tôi không có nghi ngờ gì về khả năng có thể chữa lành ung thư của chúng. Mỗi lần uống những viên nang Fucoidan, tôi cảm thấy cơ thể của tôi tràn đầy "sức mạnh miễn dịch." Bây giờ tôi đã giới thiệu Fucoidan cho tất cả bạn bè và người quen biết.

Liver Disease (Bệnh gan)

Chữa lành hoàn toàn bệnh gan khi không còn cách điều trị -- Tôi đã có sức khỏe trở lại, cám ơn Fucoidan rất nhiều

Anh Natsuo Fukazawa, nhân viên công ty, 45 tuổi, ở thành phố Maebashi, Gunma, Nhật Bản

Gan của tôi rất yếu và sáu năm trước tôi được chẩn đoán là viêm gan và có mỡ trong gan, rồi tôi đã nhập viện. Nguyên nhân là tôi uống quá nhiều rượu bia và bị béo phì do ít tập thể dục. Tôi luôn luôn cảm thấy mệt mỏi kéo dài và thỉnh thoảng hay bị đau dữ dội ở xương sườn phải.

Tôi bỏ ra sáu tháng nằm viện. Phương pháp chữa trị cho tôi chủ yếu là ăn kiêng và uống thuốc, nhưng tình trạng của tôi không cải thiện nhiều. Bác sĩ nói, có lẽ tôi sẽ phải sống với bệnh gan cho đến cuối đời, và ông ấy khuyên tôi phải thường xuyên tái khám để tránh xơ gan.

Trước khi tôi xuất viện, bác sĩ yêu cầu tôi phải bỏ uống rượu bia, ăn ít lại và thường xuyên tập thể dục. Tôi ngoan ngoãn làm theo lời bác sĩ được khoảng 3 tháng thì lại chứng nào tật nấy, trở lại lối sống như xưa. Như người ta nói, những thử thách gay go thường hay bị lãng quên theo thời gian.

Phần 1

Ung thư của tôi đã biến mất và được chữa lành, thật cảm ơn Fucoidan!

Cân nặng của tôi là 185 pounds trước khi xuất viện, sau đó trở thành 139 pounds khi tôi ở bệnh viện. Một khi trở về nhà, thì trọng lượng cơ thể tôi tăng lên thành 154 pounds, rồi trở lại 181 pounds sau sáu tháng. Khoảng thời gian đó, xét nghiệm trong bệnh viện phát hiện GOT và GPT của tôi ở mức dao động khoảng 180 và 170. Chúng ở mức quá cao và rất nguy hiểm, vì mức bình thường chỉ khoảng 35 cho cả hai loại.

Năm năm đã trôi qua, vào tháng sáu năm ngoái, ông chủ của tôi giới thiệu cho tôi Fucoidan. Ông ấy nói, nó có thể chữa lành tất cả các loại bệnh của người lớn, bao gồm các vấn đề về gan. Tôi tự hỏi làm sao một thực phẩm bổ dưỡng có thể cải thiện tình trạng của tôi, nhưng chỉ để tôi cảm thấy an tâm hơn. Tôi đã uống 3 viên một lần, 3 lần mỗi ngày.

Trong khoảng ba tháng hơn, tôi nhận thấy tôi không còn mệt mỏi như trước nữa. Hơn thế nữa, những chỗ sưng tấy trên cơ thể cũng đã xẹp xuống. Đến tháng mười một, tôi đến bệnh viện tái khám, bác sĩ khen ngợi tôi rằng: "Tập thể dục thường xuyên và tránh ăn nhiều thức ăn." Thể trạng của tôi có lẽ đã cải thiện rất nhiều. Tôi chỉ muốn nói với bác sĩ rằng: "Tôi đã không tập thể dục cũng như không hạn chế lượng thức ăn nạp vào cơ thể tôi," nhưng tôi đã nuốt ngược lời nói đó trở vào trong. Tôi biết điều đó là vì Fucoidan. Cân nặng của tôi đã giảm còn 157 pounds và ổn định tại đó. Gan của tôi cũng đang cải thiện, vì xét nghiệm hồi tháng năm năm đó cho thấy mức độ GOD và GPT đã giảm

dưới 40. Siêu âm cũng phát hiện nhiều sự cải thiện đáng kể. Bác sĩ đã đề xuất tôi ngừng uống thuốc theo toa một thời gian. Thật sự, tôi đã không uống thuốc của ông ấy cho được một thời gian. Ai còn cần thuốc của bệnh viện khi đã có Fucoidan.

Khi sức khỏe của tôi đã hồi phục, tôi được thăng chức nơi sở làm. Mặc dù tôi chưa được giao cho công việc đòi hỏi tôi phải làm việc thêm giờ, nhưng gần đây ông chủ của tôi đã khen tôi nhiều lần. Tôi đã học được một điều rằng có sức khỏe tốt có ảnh hưởng tích cực đến tất cả mọi thứ, kể cả hiệu suất làm việc.

"Fucoidan" hợp chất tự nhiên chống
ung thư : Cơ chế "tự tiêu hủy" của
các tế bào ung thư

Okinawa – Quần đảo được mệnh danh có tuổi thọ cao nhất Nhật Bản!

Okinawa, một quần đảo phía nam nước Nhật, được biết đến như là "một quần đảo có tuổi thọ cao nhất Nhật Bản." và cũng là nơi có tỉ lệ bệnh ung thư thấp nhất toàn quốc. Một trong những lí do đó không thể không nhắc đến chế độ ăn uống của người dân Okinawa. Thành phần chính của các món ăn ở Okinawa chủ yếu làm từ rong biển như Kombu (Laminaria japonica), Mozuku (nemacystus decipens), và lá bào tử tảo nâu nước lạnh Mekabu (phần nếp gấp của cây wakame, hoặc Undaria pinnatifida, gần rễ). Kombu thường được tìm thấy ở vùng biển phía bắc Hokkaido, nhưng người Okinawa ăn Kombu vì đó là một trong những món ăn truyền thống của họ.

Nhật Bản bắt đầu xuất khẩu Kombu sang Trung Quốc vào triều đại Mãn Thanh, trong giữa thời kỳ Edo (nửa đầu thế kỷ 18). Kombu được xuất khẩu sang Trung Quốc qua cửa khẩu Okinawa. Do đó, Kombu trở nên quen thuộc với người dân Okinawa. Khi người dân ở đảo Honshu (đảo lớn nhất Nhật Bản) dùng Kombu chế biến các loại canh súp thì người Okinawa ăn trực tiếp Kombu. Nhờ cách sử dụng này mà toàn bộ chất bổ dưỡng tự nhiên trong Kombu được hấp thụ trực tiếp vào cơ thể.

Thị trường Okinawa tiêu thụ Kombu lớn gấp 10 lần so với tất cả các khu vực khác ở Nhật Bản.

Các Loại Tảo

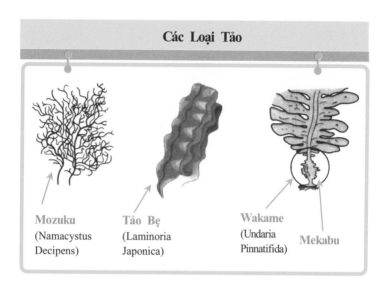

Mozuku
(Namacystus
Decipens)

Tảo Bẹ
(Laminoria
Japonica)

Wakame
(Undaria
Pinnatifida)

Mekabu

▌Thành phần dinh dưỡng (phần ăn được) Khối lượng tảo tiêu
thụ là 100g (3.53 oz)▌

	Tảo Bẹ (Sấy khô)	Mozuku thô (đã lên men)	Sargassum Fuciforme	Mekabu thô
Năng lượng (kcal)	–	–	–	–
Nước (g)	9.5	70.3	13.6	90.4
Protein (g)	8.2	1.7	10.6	1.9
Chất béo (g)	1.2	1.0	1.3	0.2
Carbohydrate (g)	56.2	1.5	47.0	3.8
Chất xơ (g)	3.3	0.6	9.2	0.4
Cholesterol (mg)	0	0	0	0
Sodium (mg)	2800	8000	1400	610
Potassium (mg)	6100	250	4400	730
Calcium (mg)	710	100	1400	100
Iron (mg)	3.9	6.0	55	0.7

Nếu như, người Nhật thường ăn Mozuku và uống rượu sake thì ở Okinawa, Mozuku thường được nấu thành súp Miso hoặc Zosui (một loại cháo nấu từ gạo và rau của người Nhật).

Chắc chắn chúng ta thường nghe trong biển có lợi cho sức khỏe vì chúng chứa một số lượng lớn vitamin, Iodine (chất iot), Calcium (canxi), Manganese (mangan), Iron (chất sắt), Zinc (kẽm), Potassium (kali) và nhiều loại khoáng chất khác. Rong biển được xem là một nguồn cung cấp khoáng chất đáng kể cho cơ thể con người vì chúng tập trung toàn bộ những tinh hoa có trong nước biển.

Rong biển được xếp loại theo sắc tố của bào tử bao gồm các nhóm sau: tảo nâu, tảo đỏ, tảo xanh, và tảo lam. Nhóm tảo nâu bao gồm Kombu (rong biển), Wakame (phổ tai), rong biển dài Hijiki (hijikia fusiforme) và Mozuku. Trong khi đó, nhóm tảo đỏ chủ yếu là rau câu Tengusa (agar-agar) và Amanori (Porphyra), rồi nhóm tảo xanh gồm có Aonori (màu xanh lá cây) và Aosa (rau biển). Cuối cùng tảo lam tập hợp Kudamo (Lynbya confervoides) và Higemo (Rivularia)

Nếu thực vật sinh trưởng bằng quá trình quang hợp (photosynthesis), thì rong biển cũng tự biết hấp thụ ánh sáng theo cách riêng của mình. Một vài ví dụ điển hình như tảo lam (Blue Algae) biết bám vào các kẻ đá để hấp thụ ánh sáng thì tảo xanh (Green Algae) lại tự tìm đến những nơi nước cạn, nơi ánh nắng có thể chiếu xuyên qua. Mặc khác, tảo đỏ (Red Algae) ở vùng nước sâu và tảo nâu (Brown Algae) dưới mặt nước cũng sẽ quang hợp bằng một lượng ánh sáng yếu có được dưới mặt nước.

Ngày nay, mất cân bằng trong chế độ ăn uống làm cho chúng ta giảm sức đề kháng, thiếu vitamin và khoáng chất và thậm chí rất dễ mắc bệnh. Tuy nhiên, Kombu, Mozuku, và các dạng khác của rong biển cung cấp cho cơ thể các vitamin và khoáng chất, nhờ đó, rong biển được đánh giá là rất tốt cho sức khỏe. Tuy nhiên, xin quý vị nên nhớ một điều rằng rong biển không phải là câu trả lời cho bí quyết sống lâu ở đảo Okinawa, mà chìa khóa bí mật chính là Fucoidan.

Bí mật chính là siêu chất nhờn ở rong biển

Nhiều nghiên cứu gần đây cho biết trong rong biển (tảo biển) đặc biệt là "dietary fiber polysaccharides" (chuỗi phân tử polysaccharides xơ thực phẩm) có trong tảo nâu, rất có ích cho sức khỏe của con người. Polysaccharides được hình từ monosaccharides như: đường glucose, xylose, và galactose đó đều là những hoạt chất sinh học được các nhà khoa học chú ý nhất. Ngoài ra, không thể thiếu nấm Agaricus và Aloe, vì chúng cũng có chứa một lượng lớn polysaccharides có lợi cho sức khỏe con người.

Kombu, Mozuku và Mekabu có chung một đặt điểm là mặt ngoài của chúng trơn nhớt và nhầy nhụa. Fucoidan là một trong những phân tử chứa chất nhớt này. Thực ra, chất siêu nhờn đó có polysaccharide được cấu thành từ nhiều monosaccharides có tên gọi là "Fucose". Fucoidan chỉ khác với polysaccharides ở một chỗ duy nhất là nó có chứa nhiều "nhóm sulfate"

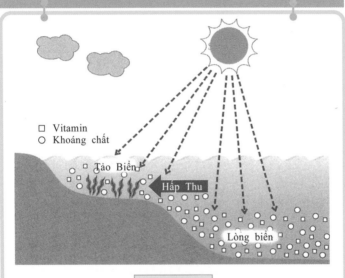

Sơ đồ quang hợp chuyển hóa năng lượng mặt trời thành năng lượng có ích

□ Vitamin
○ Khoáng chất

Tảo Biển
Hấp Thu
Lòng biển

Fucoidan

Hàng triệu năm qua, các Vitamin và khoáng chất từ mặt đất đã thẩm thấu vào nước biển, khi ở trong nước biển một thời gian dài chúng tích tụ thành tinh chất nhờn, tập trung ở mặt ngoài của tảo biển, chẳng hạn như Fucoidan. Mozuku chứa một lượng lớn Fucoidan, hoạt chất có khả năng giúp tăng cường hoạt động của hệ miễn dịch và nâng cao chất lượng cuộc sống. Ngoài ra, Fucoidan là polysaccharide được chiết xuất từ tảo nâu. Trong nhiều nghiên cứu y tế gần đây đã chứng minh Fucoidan không những có khả năng thúc đẩy hiện tượng Apoptosis (hiện tượng tự tiêu biến) của tế bào người, mà còn tăng cường hoạt động của Macrophage (đại thực bào), T-cells (tế bào T) và B-cells (tế bào B). Các nhà khoa học kết luận rằng Apoptosis, thúc đẩy hoạt động của Fucoidan, tác động lên hệ miễn dịch

Chức năng của Fucoidan trong rong biển là gì?

Fucoidan được tiết ra từ màng nhầy trên lá rong biển. Một khi lá hay thân của rong biển bị rách do cát hay thủy triều dâng gây ra thì Fucoidan sẽ che phủ vết rách đó để ngăn không cho các vi khuẩn xâm hại. Khi thủy triều xuống, rong biển sẽ nhô lên khỏi mặt nước, khi đó, Fucoidan giúp lá rong biển không bị khô héo. Đặc biệt hơn các loại rong biển khác, Mozuku chứa nhiều Fucoidan nhất.

Mozuku (theo tiếng Nhật có nghĩa là kí sinh của rong biển) thường sống kí sinh (như dây leo) trên thân của các loại tảo khác, ví dụ điển hình là trên thân tảo nâu Hondawara (Sargasso). Mặc khác, Mozuku thuộc nhóm Magamatsumo (Chordariaceae) được tìm thấy nhiều nhất ở các vùng biển lặng như biển Nhật Bản và Thái Bình Dương, đặc biệt là khu vực Tohoku và quần đảo Okinawa.

Hai loại Mozuku còn có tên là Itomozuku và Okinawa Mozuku là có thể ăn được. Trong đó, Okinawa Mozuku có nhiều dinh dưỡng hơn Itomozuku. Hơn nữa, do có kết cấu mềm mại nên Okinawa Mozuku được ưa chuộng nhất ở Nhật Bản.

Mặc dù có tên là Okinawa Mozuku nhưng thực chất loại tảo này cũng được tìm thấy ở những vùng khác trong khắp nước Nhật ví dụ như Yaeyama, Miyako, Amami và những vùng biển ấm áp. Những năm gần đây, nhờ vào công nghệ nuôi trồng thủy sản phát triển mạnh nên Okinawa Mozuku đã được nuôi trồng nhiều. Dù vậy, Okinawa cũng là nơi cung cấp khoảng hơn ½ sản lượng Mozuku cho toàn quốc.

Mối quan tâm ban đầu của chúng tôi là dùng Kombu để chiết xuất Fucoidan. Nhưng Kombu tương đối đắt tiền nên, cuối cùng, chúng tôi chủ yếu sử dụng Okinawa Mozuku thay cho Kombu.

> Liều dùng theo khuyến nghị của Fucoidan: 20 gói Mozuku một ngày?

Theo một nghiên cứu của trường đại học Ryukyu ở Okinawa, thành phần hóa học của Fucoidan trong Okinawa Mozuku là: 67.2% Đường (Sugar) – thành phần chính là L-fucose và một lượng vừa đủ D-xylose, 13.5% Axít Uronic (Uronic Acid) – một trong những chất quan trọng của Okinawa Mozuku , 23.0% Tro (Ash), 11.9% Sulfuric acid, và 3.2% Nước (Water). Nếu như nhóm Sulfate được đánh giá là không tốt cho cơ thể con người thì Fucoidan trong Okinawa Mozuku đem lại tính năng đáng kể vốn không được tìm thấy trong các sản phẩm về chất xơ thực phẩm khác.

Nếu chiết xuất Fucoidan từ Kombu phải mất rất nhiều thời gian và nhân công, chỉ để tách Alginic Acid (một loại chất nhờn khác) và những phân tử khác từ Fucoidan, thì Fucoidan trong Okinawa Mozuku được chiết xuất dễ dàng thuận tiện và không mất nhiều thời gian. Hơn nữa, Fucoidan trong Okinawa Mozuku nhiều gấp 5-8 lần Kombu vì lẽ đó Okinawa Mozuku cần được tinh lọc để thu thập hết lượng Fucoidan trong đó. Với những đặc tính trên, Okinawa Mozuku là một nguồn cung cấp Fucoidan ổn định nhất.

Để chiết xuất được 1 gram Fucoidan nguyên chất cần 1 kg Okinawa Mozuku thô. Để hấp thu một lượng Fucoidan cần thiết đủ để bồi bổ sức khỏe hoặc chống bệnh tật thì cần phải ăn hết 20 gói Mozuku (1 gói chứa 90 gram), được bày bán ở các cửa hàng tạp hóa. Một người bình thường không thể ăn hết 20 gói Mozuku một ngày vì điều này sẽ khiến ta chán ngấy và chế độ ăn uống trở nên mất cân bằng. Hơn nữa, lượng muối ta ăn vào sẽ tăng cao hơn mức cho phép.

Hàm lượng Fucoidan của Okinawa Mozuku, tuy nhiên, không ổn định, vì vậy nếu muốn thu được Fucoidan tự nhiên thì phải tinh lọc một cách khoa học và tuân thủ những yêu cầu an toàn nghiêm ngặt.

Xin ghi nhớ rằng, Fucoidan là chất được chiết xuất tinh khiết. Nhằm mục đích đảm bảo hiệu quả và chất lượng nên trong suốt quá trình tinh lọc không hề pha trộn thêm bất cứ chất hóa học nào. Do đó, nếu sử dụng Fucoidan lâu dài sẽ không hề có tác hại gì đối với sức khỏe.

Nhiều Vitamin, khoáng chất và các chất dinh dưỡng được tìm thấy từ đại dương. Fucoidan có khả năng thúc đẩy hiện tượng Apoptosis (hiện tượng tự tiêu diệt) của tế bào trong cơ thể con người, tăng cường hoạt động của hệ miễn dịch và có khả năng kháng động, kháng huyết khối, chống viêm nhiễm và ức chế quá trình hình thành mạch máu. Đó chính là quà tặng quý báu cho sức khỏe con người đến từ đại dương sâu thẳm

Bật mí bí mật về sức mạnh của Fucoidan

Trong những năm gần đây, các nhà khoa học đã bắt đầu quan tâm nghiên cứu về Fucoidan. Thực chất họ muốn khám phá những thành phần "hoạt chất sinh học có trong Fucoidan". Giáo sư tiến sĩ. Makoto Fujii, khoa nông lâm trường đại học Kagoshima là người phát hiện ra lợi ích của Fucoidan đối với sức khỏe con người sớm nhất và đã tiến hành thử nghiệm trên động vật.

Ông nói: "Tôi bắt đầu nghiên cứu Fucoidan từ 7-8 năm trước, khi ấy tôi nghe nói nếu như trộn thức ăn gà với Mekabu thì có thể chữa nhiều bệnh ở gà và đồng thời còn nâng cao chất lượng thịt gà. Tôi nghĩ nếu Fucoidan tốt cho gà thì có lẽ cũng tốt cho con người"

Tiến sĩ Fujii là một chuyên gia về Hóa Học Dinh Dưỡng - chuyên gia về thành phần cấu tạo và chức năng của thực phẩm dinh dưỡng có khả năng ngăn ngừa bệnh tật, người đã thử

Giáo sư. Makoto Fujii
Đại học Kagoshima

nghiệm Fucoidan trên động vật nhằm mục đích nghiên cứu khả năng chữa trị bệnh trong cơ thể con người. Ví dụ điển hình là bệnh ung thư.

Phương pháp thử nghiệm như sau, ông cho nhóm chuột thứ nhất ăn thức ăn bình thường, còn nhóm thứ hai có ăn thức ăn có pha trộn Fucoidan trong vòng một tháng.

(Xem biểu đồ kết quả thu được ở trang kế)

"Trong vòng một tháng qua, nồng độ Cholesterol và lượng chất béo trong cơ thể của nhóm chuột ăn Fucoidan đã giảm đi đáng kể.

Nghiên cứu về nồng độ Cholesterol trong máu
(Thực hiện bởi Tiến sĩ: Makoto Fujii)

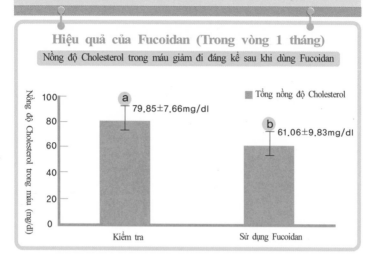

Hiệu quả của Fucoidan (Trong vòng 1 tháng)
Nồng độ Cholesterol trong máu giảm đi đáng kể sau khi dùng Fucoidan

Nghiên cứu về lượng triglyceride (một loại chất béo) trong máu
(Thực hiện bởi Tiến sĩ: Makoto Fujii)

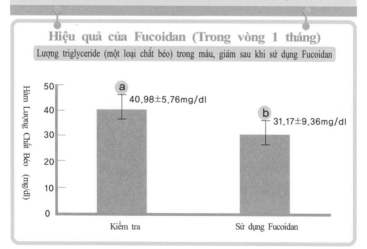

Hiệu quả của Fucoidan (Trong vòng 1 tháng)
Lượng triglyceride (một loại chất béo) trong máu, giảm sau khi sử dụng Fucoidan

Nghiên cứu về hàm lượng đường trong máu
(Thực hiện bởi Tiến sĩ: Makoto Fujii)

Hiệu quả của Fucoidan (Trong vòng 70 ngày)
Hàm lượng đường trong máu giảm sau khi sử dụng Fucoidan

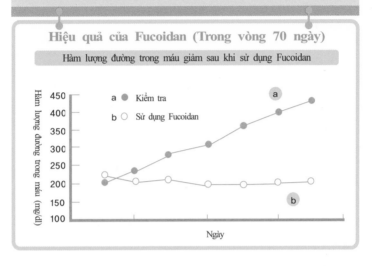

Nghiên cứu về trọng lượng cơ thể
(Thực hiện bởi Tiến sĩ: Makoto Fujii)

Hiệu quả của Fucoidan (Trong vòng 30 ngày)
Trọng lương cơ thể giảm sau khi sử dụng Fucoidan

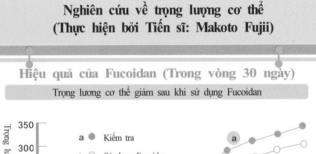

Nghiên cứu về khối lượng của khối u
(Thực hiện bởi Tiến sĩ: Makoto Fujii)

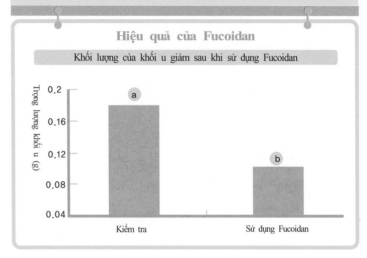

Hiệu quả của Fucoidan

Khối lượng của khối u giảm sau khi sử dụng Fucoidan

Nghiên cứu về tế bào NK
(Thực hiện bởi Tiến sĩ: Makoto Fujii)

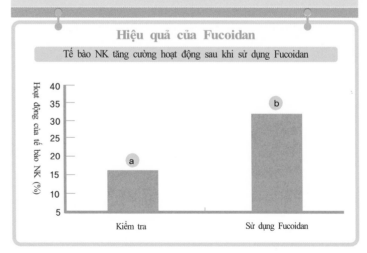

Hiệu quả của Fucoidan

Tế bào NK tăng cường hoạt động sau khi sử dụng Fucoidan

Hơn nữa, hàm lượng đường huyết có gene hyperglycemia của nhóm chuột được cho ăn thức ăn bình thường tăng mỗi ngày, còn đối với nhóm chuột được cho ăn Fucoidan thì lượng đường huyết không những không tăng mà còn rất ổn định. Rõ ràng, Fucoidan có khả năng ngăn chặn quá trình phát triển của bệnh tiểu đường. Đồng thời, Fucoidan còn giúp điều chỉnh cân nặng cơ thể."

Khi lượng cholesterol và chất béo trung tính trong máu tăng cao, máu bắt đầu đông tụ lại và gây nên hiện tượng xơ cứng động mạch, nhồi máu cơ tim và những bệnh khác liên quan đến tim. Vậy Fucoidan có khả năng giúp giảm nồng độ cholesterol và lượng chất béo trung tính trong cơ thể như thế nào?

Tiến sĩ Fujii giải thích rằng: "Fucoidan là một chất xơ thô có thể hòa tan trong nước. Khi chúng ta uống Fucoidan vào cơ thể, trước tiên các vi khuẩn đường ruột sẽ hấp thu hết Fucoidan, sau đó chúng làm tăng hoạt động của ruột già nhằm mục đích tạo ra một lượng acid hữu cơ như acid Malic và acid Succinic. Tiếp theo những acid hữu cơ đó sẽ biến đổi thành acid béo và tới gan – nơi tích tụ và sản sinh nhiều cholesterol và chất béo trung tính. Tại đó, acid béo sẽ ngăn chặn quá trình hình thành các chất béo như cholesterol và chất béo. Kết quả thử nghiệm trên động vật cho thấy, acid béo do Fucoidan gián tiếp tạo thành, đã làm giảm mỡ và cholesterol trong máu và còn ngăn ngừa hiện tượng tăng cân của cơ thể. Với bản chất là một chất xơ, Fucoidan hấp thu hết toàn bộ cholesterols có trong thức ăn và giải phóng chúng ra ngoài cơ thể, và từ đó ngăn chặn sự gia tăng hàm lượng cholesterol trong cơ thể."

Ngoài ra, Tiến sĩ Fujii đã rất thành công khi nghiên cứu thêm nhiều lợi ích khác của Fucoidan. Ví dụ điển hình là hạ cholesterol trong cơ thể, ngăn tăng đường huyết và nồng độ chất béo trung tính, và những đặc tính khác như:

Chống dị ứng
Kháng huyết khối
Ngăn ngừa tăng huyết áp
Hỗ trợ làm lành vết thương
Chống virus
Ngăn ngừa quá trình lão hóa
Cải thiện chức năng gan
Giúp mọc tóc
Giữ ẩm cho da

Loại bỏ vi khuẩn dạ dày Pylori (Pylori Bacteria), được biết đến là nguyên nhân gây ung thư/ loét dạ dày

Như đã nêu trên, khác với các chuỗi polysaccharides khác, Fucoidan chứa rất nhiều "nhóm Sulfate", nhóm này giữ nước và tạo ra "chất nhờn". Đồng thời, trong dạ dày cũng có chứa nhóm Sulfate vừa nêu trên, chúng được xem là lớp giữ ẩm cho màng nhầy niêm mạc. Nói cách khác, Fucoidan có những đặc điểm tương tự như màng nhầy niêm mạc trong dạ dày, vì cả hai đều chứa một lượng rất lớn nhóm sulfate.

Ngày nay ở Nhật Bản, số lượng người mắc bệnh liên quan đến niêm mạc dạ dày ngày một tăng cao. Nguyên nhân là do ăn quá nhiều loại thức ăn nhanh có chứa hàm lượng chất béo cao nhưng ít chất xơ, hơn nữa, là do stress trong cuộc sống hằng ngày. Mặc khác, Fucoidan được chứng minh có khả năng ngăn ngừa và thậm chí chữa lành các chứng bệnh liên quan đến dạ dày. Những bệnh liên quan đến dạ dày phổ biến như loét dạ dày, viêm dạ dày và ung thư dạ dày. Fucoidan được chứng minh là có khả năng ngăn ngừa và thậm chí chữa khỏi những căn bệnh liên quan đến dạ dày.

Trong dạ dày, Fucoidan bám vào lớp niêm mạc dạ dày và bảo vệ dạ dày. Khi fucoidan thâm nhập qua lớp bề mặt niêm mạc, chúng kích thích những tế bào niêm mạc hoạt động và tấn công và làm lành những vết loét hay vùng viêm nhiễm.

Có lẽ quý vị cũng từng nghe về vi khuẩn Pylori (Pylori Bacteria). Loại vi khuẩn này là nguyên nhân gây ra các bệnh về dạ dày, điển hình là loét dạ dày và loét tá tràng. Vi khuẩn Pylori được biết đến từ rất lâu, khoảng vào năm 1989, với tên khoa học là "Helicobacter Pylori". Đến năm 1990, chúng chính thức được giới thiệu ở World Gastrointestinal Conference. Cho đến ngày nay nhiều nghiên cứu chứng minh vi khuẩn Pylori gây ra chứng teo dạ dày và ung thư dạ dày mãn tính.

Khi vi khuẩn Pylori đã xâm nhập vào cơ thể, chúng sẽ sống trong cơ thể cho đến khi người đó qua đời, trừ khi người đó không áp dụng những biện pháp chữa trị mạnh để loại bỏ chúng khỏi cơ thể. Tỷ lệ người bị viêm nhiễm vi khuẩn Pylori rất cao, khoảng 20% ở người trẻ tuổi và 80% ở người từ 40 tuổi trở đi.

Vi khuẩn Pylory thường bám vào các nhóm Sulfate trong dạ dày. Thông thường, quá trình này thường xảy ra với nhóm Sulfate trong niêm mạc dạ dày. Tuy nhiên, sau khi Fucoidan thâm nhập vào dạ dày, nhóm Sulfate có trong Fucoidan sẽ bám dính vào vi khuẩn Pylori. Nhóm sulfate trong Fucoidan có dính kèm vi khuẩn Pylori sẽ được loại thải ra ngoài theo đường ruột. Tóm lại, fucoidan có tác dụng loại bỏ vi khuẩn dạ dày Pylori của Fucoidan.

Cuộc sống hiện đại ngày nay, chế độ ăn uống không điều độ, ít tập thể dục và stress đã khiến cho chức năng của dạ dày suy giảm. Ví dụ rất điển hình sau mỗi bữa ăn thường cảm giác khó tiêu, ợ chua hoặc đầy bụng đó là do dạ dày đã không hoạt động hết công suất bình thường. Vì lẽ đó, Fucoidan sẽ giúp dạ dày hoạt động trở lại bình thường bằng cách kích thích tất cả các niêm mạc dạ dày khởi động lại.

Mỗi khi cơ thể con người bị mệt mỏi thì dạ dày là nơi bị ảnh hưởng nhiều nhất, chính vì vậy Fucoidan không những sẽ bảo vệ và phục hồi màng nhầy niêm mạc mà còn loại bỏ vi khuẩn và tăng cường hoạt động của dạ dày. Đó chính là lí do tại sao Fucoidan rất hiệu quả trong việc chữa trị loét hoặc ung thư dạ dày.

Khả năng giúp chữa trị ung thư hiệu quả của Fucoidan!

Tiến sĩ Fujii đã chứng minh Fucoidan có khả năng giúp chữa trị ung thư rất hiệu quả. Đồng thời, ông cũng đã nghiên cứu sâu hơn nữa về khả năng đặc biệt đó của Fucoidan bằng chứng là kết quả thu được có tính khả quan rất cao ngoài mong đợi. Đầu tiên, ông tiến hành nghiên cứu trong ống vitro để quan sát hoạt động của Fucoidan.

"Tôi bắt đầu tiến hành thí nghiệm trên động vật là chuột. Tôi sẽ cấy ghép tế bào ung thư [được gọi là khối u 180 (sarcoma 180)] dưới da chuột bạch và chia chúng ra làm 2 nhóm. Nhóm thứ 1 chúng tôi cho ăn thức ăn trộn Fucoidan, nhóm thứ hai cho ăn thức ăn bình thường. Trong vòng 20 ngày, kết quả cho biết trọng lượng khối u của nhóm chuột cho ăn thức ăn trộn fucoidan chỉ bằng ½ của nhóm chuột ăn thức ăn bình thường. Số lượng bạch cầu trong tụy, vốn là một biểu hiện của hoạt động của kháng tố tự nhiên (NK activity), đã chỉ ra rằng hoạt động của kháng tố tự nhiên trong nhóm chuột cho ăn fucoidan xấp xỉ gấp hai lần so với hoạt động của kháng tố tự nhiên trong nhóm chuột cho ăn thức ăn thường.

Hoạt động của kháng tố tự nhiên thể hiện mức độ hoạt động của "các tế bào giết tự nhiên" (NK cells) có trong hệ miễn dịch của cơ thể và tấn công các tế bào ung thư. Mức độ hoạt động của kháng tố tự nhiên càng mạnh thì sức đề kháng chống lại tế bào ung thư sẽ càng cao. (Chúng ta sẽ tìm hiểu sâu hơn về hệ miễn dịch ở những tài liệu sau)

Tiến sĩ Fujii còn nêu ra 3 đặc điểm của Fucoidan hoạt động rất hiệu quả trong việc giúp điều trị ung thư:

(1) **Fucoidan giúp tăng cường sức đề kháng của cơ thể bằng cách tiêu diệt tế bào ung thư**

(2) **Ngăn chặn sự tái tạo mạch máu mới quanh các tế bào ung thư, phá vỡ nguồn cung cấp chất dinh dưỡng nuôi sống các tế bào ung thư. Đồng thời cũng ngăn ngừa tế bào ung thư lan rộng**

(3) **Trực tiếp tấn công các tế bào ung thư nhằm thúc đẩy các tế bào ung thư tự chết ("Apoptosis")**

Apoptosis là hiện tượng tự chết được lập trình sẵn trong gen của mỗi tế bào. Đây là nghiên cứu quan trọng tiên phong cho quá trình nghiên cứu ung thư. Những nghiên cứu này đã chứng minh rằng Fucoidan có khả năng thúc đẩy tế bào ung thư tự tiêu hủy.

Chức năng đặc biệt này của Fucoidan đã được phát hiện thông qua những nghiên cứu của viện nghiên cứu Glycotechnology

"Research Institute for Glycotechnology" (một công ty liên doanh điều hành thuộc bộ Nông, Lâm, Ngư Nghiệp Nhật Bản theo luật về Viện Nghiên cứu Công nghệ Sinh học.) Những phát hiện tương tự cũng đã được các trường đại học và các cơ quan nghiên cứu cá nhân báo cáo. Do đó, Fucoidan đã nhận được sự quan tâm trong cộng đồng nghiên cứu khoa học toàn cầu và, ngày nay, được nghiên cứu tại rất nhiều cơ sở nghiên cứu trên khắp thế giới.

Apoptosis gây ra sự tự tiêu diệt tế bào

Tất cả các tế bào sẽ chết theo hai cách: Apoptosis và Necrosis. Theo Homer - một nhà thơ văn Hy Lạp, trong tiếng Latin, Apoptosis có nghĩa là "chiếc lá mùa thu khô héo rồi sau đó rời cành".

Còn Necrosis đề cập đến hiện tượng tự chết của các tế bào bệnh hoặc đã hư hại nặng. Vì vậy, Necrosis không những thường đi kèm với sự hư hỏng màng tế bào, mà còn tỏa nhiệt gây ra viêm nhiễm cho các tế bào lân cận.

Ngược lại, Apoptosis làm bào tử trung tâm của tế bào teo nhỏ lại và cuối cùng sẽ bị tan vỡ ra thành từng mảnh nhỏ. Sau đó những mảnh vụn đó sẽ được hấp thu và phân hủy bởi tế bào bạch cầu. Do đó, tất cả các tế bào dưới tác động của Apoptosis sẽ âm thầm biến mất mà không gây hư hại hay viêm nhiễm cho các mô xung quanh.

Ngoài ra, Apoptosis là một chương trình được cài đặt sẵn trong DNA của mỗi tế bào. Tế bào liên quan đến virus, chất chống chuyển hóa, các loại thuốc có hại, hoặc tế bào T tiêu diệt (Killer T-Cells) đều bị ảnh hưởng bởi Apoptosis.

Có lẽ bạn cũng cảm thấy ngạc nhiên khi biết rằng tất cả các tế bào đều được định sẵn "ngày chết" nhưng hiện tượng tự tiêu hủy này hoàn toàn xảy ra tuân theo quy luật tự nhiên và đồng thời rất quan trọng đối với một cơ thể sống.

Một bào thai khi mới hình thành trong bụng mẹ, có bàn chân nhỏ và có màng như chân vịt. Khi đã lớn thêm một chút trong dạ con của mẹ, màng sẽ tách ra và kết quả hình thành từng ngón chân nhỏ riêng biệt. Không còn cần thiết nữa, các lớp màng ở ngón chân tự tiêu biến đi, đó là một trong những ví dụ của Apoptosis.

Ngoài ra, một khi nòng nọc trưởng thành sẽ rụng đuôi rồi biến thành ếch, hay sâu bướm làm kén thành nhộng rồi chuyển hóa thành bướm. Những cơ hoặc các tế bào thần kinh nhu động của chúng đã không còn cần thiết sẽ tiêu biến đi. Đây cũng là Apoptosis.

Những biến đổi ở các ví dụ trên đều có thể quan sát được, tương tự như vậy các tế bào trong cơ thể của chúng ta cùng thường xuyên xảy ra Apoptosis mà không thể thấy bằng mắt thường. Tiêu biểu là các tế bào già trong cơ thể con người tự tiêu biến đi.

Apoptosis, cũng xảy ra ở các tế bào huyết tương. Nhờ vậy nên các tế bào bạch cầu mới bao gồm: hồng cầu và bạch cầu trung tính được tạo ra hằng ngày, để thay thế các tế bào già hoặc bệnh.

Loại bỏ các tế bào ung thư nhờ vào Apoptosis

Nguồn gốc của các tế bào ung thư là từ các tế bào bình thường biến tính tạo thành dưới ảnh hưởng của một hay nhiều tác động nào đó. Nếu Apoptosis có hiệu quả với tế bào ung thư thì chúng sẽ tự tiêu biến đi như các tế bào bình thường khác. Tuy nhiên, bản chất của các tế bào ung thư không hề chịu tác động của Apoptosis, do đó chúng không bao giờ tự chết đi. Tất cả các tế bào bình thường đều có vòng đời nhất định và sẽ không bao giờ tự phân chia một cách bất thường. Ngược lại, các tế bào ung thư sẽ không tự chết mà còn phân chia liên tục để gia tăng về kích thước lẫn số lượng.

Tế bào ung thư không có vòng đời nhất định, có nhiều lý thuyết cho rằng chúng có thể sống mãi. Ví dụ điển hình, vào năm 1951, phòng thí nghiệm ở Hoa Kỳ đã thu thập mẫu tế bào ung thư đốt sống để làm thí nghiệm, cho đến ngày nay tế bào đó vẫn được tiếp tục sử dụng và thậm chí còn phổ biến rộng rãi đến các phòng thí nghiệm khác trên thế giới với những mục đích nghiên cứu khác nhau. Do đó, đặc tính "không bao giờ chết" của tế bào ung thư làm cho việc điều trị ung thư trở nên rất khó khăn.

Hơn nữa, các tế bào ung thư không bao giờ chịu ở yên một chỗ. Ngoài ra, thay vì chỉ lan sang các tế bào bạch cầu và mạch máu của các cơ quan lân cận, thì chúng lại theo máu đi đến những cơ quan khác xa hơn trong cơ thể, nhằm mục đích hình thành những ổ dịch viêm nhiễm trải rộng khắp cơ thể. Ở đó, chúng bắt đầu mọc rễ và hình thành những vùng tổn thương viêm nhiễm mới. Hiện tượng này có tên gọi là "di căn". Nếu ung thư đã di căn đến nhiều cơ quan khác nhau trong cơ thể, đặc biệt là những nơi không thể thực hiện giải phẫu, thì việc điều trị ung thư càng trở nên khó khăn.

Mặc khác, nếu đã thực hiện giải phẫu loại bỏ toàn bộ các vùng tổn thương (có thể nhìn thấy) do ung thư gây ra, thì không có nghĩa là ung thư đã hoàn toàn biến mất. Vì chỉ cần một tế bào ung thư nhỏ còn sót lại, chúng cũng sẽ nhân lên nhanh chóng rồi tiếp tục lây nhiễm và ăn mòn cơ thể. Lúc này, hiện tượng này được gọi là "tái phát" ung thư. Một lần nữa, đặc tính di căn và tái phát nhanh chóng của ung thư làm cho bệnh ung thư khó điều trị hơn những bệnh khác.

Thực tế, nếu chúng ta bằng cách nào đó có thể áp đặt Apoptosis lên tế bào ung thư thì lúc đó ung thư mới có hy vọng được chữa lành. Thất vọng mà nói thì tất cả các phương pháp điều trị ung thư ngày nay đều vô ích đối với tế bào ung thư trong khi rất có hại đối với tế bào bình thường.

Suy cho cùng, lí do khiến tất cả mọi người chú ý đến Fucoidan là "khả năng áp đặt tế bào ung thư theo Apoptosis". Nói cách khác là thúc đẩy tế bào ung thư tự chết theo chương trình cài đặt sẵn trong gen. Ngoài ra, Fucoidan là tinh chất chiết xuất tự nhiên từ rong biển nên không hề có tác dụng phụ. Cũng giống như, khi một người ăn nhiều Mozuku thì ít bị bệnh Fucoidan không hề có tác hại gì khi sử dụng.

> Fucoidan thúc đẩy các tế bào ung thư phải đi theo con đường Apoptosis!

Nhiều thấy thuốc lâm sàng và các nhà khoa học đã làm việc ngày đêm để chứng minh rằng Fucoidan có khả năng tạo ra quá trình Apoptosis trong các tế bào ung tự. Tất nhiên, đây là đề tài nghiên cứu quan trọng hàng đầu trong liệu pháp điều trị ung thư. Từ năm 1996 cho đến nay, hàng năm Hiệp hội Ung thư Nhật Bản (The Japan Cancer Association) đều công bố các kết quả nghiên cứu cho thấy Fucoidan có nhiều khả năng giúp điều trị ung thư.

Kết quả nghiên cứu của tiến sĩ Fujii và các cộng sự ở đại học Kagoshima cho biết

Ông đã thử nghiệm trên hai loại tế bào ung thư khác nhau, loại thứ nhất là HL60 (Promyelogenous Leukemic cell strain – tạm dịch là: tế bào bạch cầu tủy xương) và loại thứ hai là NOS4 (Cultured human ovarian cancer cell strain – tạm gọi là: tế bào ung thư buồng trứng ở người). Mỗi tế bào ung thư được thí nghiệm với chiết suất Fucoidan từ Okinawa Mozuku, chiết xuất Fucoidan được làm từ rong biển và nấm cho thấy tăng cường hoạt động hệ thống miễn dịch. Sau đó, đặt vào máy ấp (Incubators) để quan sát Apoptosis (phá vỡ cấu trúc DNA của tế bào) của hai mẫu thử trên.

Quan sát 2 mẫu thử có chứa Okinawa Fucoidan, khi các tế bào ung thư bị áp đặt dưới Apoptosis thì cấu trúc DNA của tế bào đó tự tan vỡ ra thành từng mảnh nhỏ.

Tiếp tục quan sát thêm một khoảng thời gian nhất định thì DNA của mỗi tế bào ung thư tự tan rã trong dung dịch đệm. Mặc khác, số lượng DNA tan rã đếm được từ Electrophoresis (máy điện chuyển) sẽ cho biết khả năng phá vỡ cấu trúc DNA nhiều hay ít.

Ngược lại, đối với 2 mẫu thử có chiết xuất nấm thì không thấy tế bào ung thư tự tan rã mặc dù mức độ áp đặt của Apoptosis lên tế bào ung thư rất cao. Kết luận rằng, Fucoidan chiết xuất từ Okinawa Mozuku áp đặt Apoptosis lên tế bào ung thư mạnh mẽ hơn Fucoidan chiết xuất từ Kombu (rong biển).

Kết quả thử nghiệm trên cho thấy Fucoidan chiết xuất từ Okinawa Mozuku có tác dụng đáng kể trong việc thúc đẩy tế bào ung thư tự chết theo chương trình Apoptosis.

Tuy nhiên, hình thành quá trình Apoptosis không phải là khả năng duy nhất của Fucoidan mà nó còn tăng cường sức đề kháng của cơ thể, giúp cơ thể tiêu diệt tế bào ung thư một cách hiệu quả hơn.

Chống lại ung thư bằng cách tăng cường hoạt động của hệ miễn dịch

Trong cơ thể mỗi con người chúng ta đều có sẵn cơ chế loại bỏ những vi khuẩn gây bệnh, virus hay những tác nhân có hại bên ngoài, không cho chúng xâm nhập vào cơ thể. Cơ chế này có tên gọi là "immune system" (hệ miễn dịch) – biến đổi các tác nhân có hại bên ngoài thành vô hại. Nói một cách khác, hệ miễn dịch là một hệ thống phân loại tất cả các nhân tố "phe ta và phe địch trong cơ thể, rồi sẽ loại thải phe địch" ra ngoài.

Ví dụ điển hình, có người rất dễ bị cảm cúm trong khi người khác thì không. Tại sao lại có thể như vậy được?

Một khi virus cảm cúm đã xâm nhập vào cơ thể, nếu hệ miễn dịch của người đó mạnh thì virus gây bệnh đó sẽ bị "đánh đuổi" ra ngoài cơ thể. Ngược lại, nếu hệ miễn dịch của người đó yếu thì sẽ không đủ khả năng loại bỏ virus cảm cúm ra ngoài, do đó chúng sẽ gây bệnh cho cơ thể. Các hiện tượng trên xảy ra tương tự đối với tế bào ung thư – "tế bào thù địch" của hệ miễn dịch trong cơ thể.

Đối với *Lymphocyte* (tế bào bạch huyết) trong máu, hệ thống miễn dịch của chúng ta gồm những tế bào miễn dịch như sau: *T-cells* (tế bào T) [trong đó có *Killer T-cells* (tế bào T tiêu diệt) giúp tiêu diệt các tác nhân có hại bên ngoài xâm nhập cơ thể và *Helper T-cells* (tế bào T hỗ trợ) làm nhiệm vụ tăng cường hoạt động của hệ miễn dịch] và *B-cells* (tế bào B). *Macrophages* (đại thực bào) và *Natural Killer Cells* (tế bào tiêu diệt tự nhiên, viết tắt trong tiếng Anh là NK). Những tế bào miễn dịch đó làm nhiệm vụ bảo vệ an toàn cho cơ thể và đồng thời tấn công tiêu diệt các tác nhân có hại xâm nhập.

Như vậy, hệ thống miễn dịch hoạt động theo cơ chế như thế nào?

Tế bào bạch huyết được chia làm hai loại: T-cells và B-cells. Cả hai loại tế bào này đều được sản xuất trực tiếp từ tủy xương. B-cells sản sinh *antibodies* (kháng thể) hay còn gọi là *immune globulins* (kháng thể huyết thanh) nhằm chống lại các tác nhân có hại ở môi trường ngoài xâm nhập vào cơ thể, kể cả các tế bào ung thư. Ngược lại, T-cells thì không sản xuất kháng thể. Tế bào hỗ trợ T-cells này tạo ra các hoạt chất sinh học có lên gọi là *Lymphokine* (chất hoạt hóa tế bào lympho). Hoạt chất này dẫn đến quá trình sản xuất kháng thể của B-cells.

Suppressor T-cells (Tế bào ức chế T) là nơi ra lệnh ngừng hay tiếp tục tấn công để loại bỏ các tế bào có hại bên ngoài xâm nhập vào cơ thể, vì một khi không còn các tác nhân gây hại nhưng quá trình loại bỏ không chấp dứt, sẽ sinh ra hiện tượng bảo vệ quá mức không cần thiết và gây hư hỏng các bộ phận khác trong cơ thể. Ngoài ra, Killer T-cells là tế bào miễn dịch trực tiếp tiêu diệt các tác nhân "thù địch" trong cơ thể.

Những tế bào vừa nêu trên, không phải là những "chiến binh" duy nhất có khả năng chống lại tác nhân gây hại cho cơ thể, mà còn phải kể đến Macrophage. Là một thành viên của hệ miễn dịch trong cơ thể, Macrophage bảo vệ cơ thể bằng cách "nuốt chửng" những tế bào có hại. Vì lẽ đó, Macrophage còn có tên gọi khác là phagocytes (thực bào) (– từ "phago" có nghĩa là phàm ăn).

Mặc khác, Macrophage sản sinh ra rất nhiều enzymes (protein có tác động làm chất xúc tác) và cytokines - bao gồm: *interferons* (một loại protein có tác dụng ngăn ngừa không cho tế bào đã bị nhiễm virus tăng trưởng và phát triển về kích thước và số lượng), *interleukins* và nhiều hoạt chất sinh học khác nhằm truyền tín hiệu đến cho T-cells về sự hiện diện của các tác nhân không tốt đối với cơ thể.

Ngoài ra, NK cells là tế bào miễn dịch hoạt động tự do không cần phải nhận lệnh từ bất cứ tế bào nào khác. Chúng có tên gọi là Killer (kẻ tiêu diệt) vì chúng sẽ lập tức tiêu diệt bất cứ tác nhân lạ nào trong cơ thể mà chúng bắt gặp. Khoa học đã chứng minh, tất cả các tế bào ung thư đều cần phải có một thời gian dài nhất định để tạo thành khối u và NK cells là tế bào miễn dịch thường xuyên tấn công loại bỏ những tế bào bất bình thường có nguy cơ sẽ chuyển biến thành tế bào ung thư.

Tất cả những thông tin trên chắc cũng đã cho quý vị một khái niệm tổng quát về hoạt động của cơ chế "phòng thử" sinh học của cơ thể. Một khi những tế bào miễn dịch này còn hoạt động bình thường thì lúc đó chúng sẽ tấn công tiêu diệt hết những vi khuẩn, virus gây bệnh và hơn nữa là những tế bào ung thư nhằm múc đích bảo vệ cơ thể con người khỏi bệnh tật.

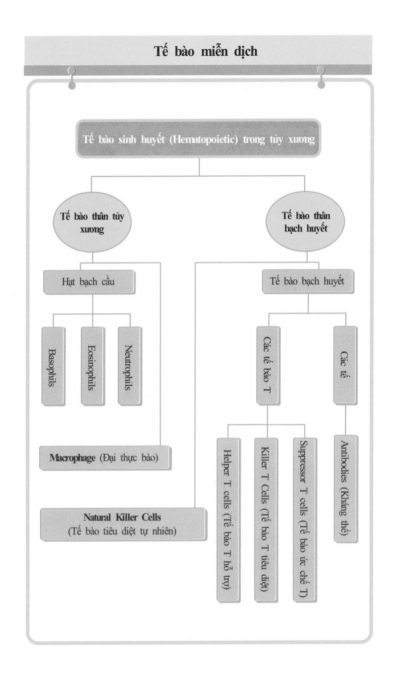

Tế bào miễn dịch

Tế bào sinh huyết (Hematopoietic) trong tủy xương

Tế bào thân tủy xương

Tế bào thân bạch huyết

Hạt bạch cầu

Tế bào bạch huyết

Basophils

Eosinophils

Neutrophils

Các tế bào T

Các tế

Macrophage (Đại thực bào)

Helper T cells (Tế bào T hỗ trợ)

Killer T Cells (Tế bào T tiêu diệt)

Suppressor T cells (Tế bào ức chế T)

Antibodies (Kháng thể)

Natural Killer Cells
(Tế bào tiêu diệt tự nhiên)

Câu hỏi đặt ra ở đây, nếu hệ miễn dịch hoạt động mạnh mẽ và hiệu quả như vậy thì tại sao lại có sự xuất hiện của tế bào ung thư?

Đó là vì hệ miễn dịch của cơ thể cũng yếu đi theo tuổi tác. Sức khỏe của con người hoạt động sung mãn nhất ở khoảng 20 tuổi, rồi sau đó sẽ yếu dần đi theo năm tháng. Ví dụ điển hình, lúc quý vị còn trẻ nếu bị một vết thương nhỏ thì chúng sẽ lành và mờ đi nhanh chóng. Ngược lại, khi tuổi càng cao thì vết thương sẽ tồn tại trong thời gian lâu hơn. Tương tự như vậy, hệ miễn dịch cũng yếu dần theo tuổi tác, lúc đó chúng sẽ không còn đủ khả năng chống lại bệnh tật phát triển trong cơ thể.

Tuổi già không phải là yếu tố duy nhất làm suy giảm hệ miễn dịch. Có một số yếu tố khác đi kèm. Số lượng các tế bào có khả năng miễn dịch có thể giảm hoặc chức năng loại bỏ "oxi hoạt động" có hại cho cơ thể của các tế bào này hoạt động kém đi. Ngoài ra, nhiễm bẩn thực phẩm trong cuộc sống hiện đại và môi trường do các chất hóa học được sản xuất và được thải ra với số lượng tương đối lớn cũng là yếu tố dẫn đến suy giảm hệ miễn dịch. Căng thẳng cũng là một trong các nguyên nhân. Những nhân tố này gia tăng và làm suy yếu hệ miễn dịch cơ thể của chúng ta.

Theo thử nghiệm trên chuột bạch của giáo sư tiến sĩ Fujii cho
biết Fucoidan rõ ràng giúp tăng cường hoạt động của NK cells
nhằm mục đích tấn công loại bỏ các tế bào ung thư. Ngoài
ra, báo cáo của nhiều khoa học gia còn công nhận rằng, các
tế bào ung thư bị tác động bởi hệ thống miễn dịch của cơ thể
khi có sự tham gia của Fucoidan.

Mặc khác, Fucoidan còn có khả năng gia tăng sản xuất
Interleukin 12 (IL-12) và Interferons Gamma (IFN -).
Interleukin 12 được hình thành từ đại thực bào Macrophage
và B-cells, thúc đẩy T cells và NK cells tăng cường khả năng
kháng của cơ thể đối với tế bào ung thư. Đồng thời, Fucoidan
cũng gia tăng sản sinh Interferon Gamma từ T cells và NK
cells.

Interferon Gamma là một loại Lymphokine (chất hoạt hóa tế
bào lympho) có khả năng gây ảnh hưởng đến virus và tế bào
ung thư. Chúng hoạt động rất "cần mẫn" để tăng cường hoạt
động của đại thực bào Macrophage và NK cells. Interferon
Gamma được sử dụng rộng rãi như là một phương thuốc điều
trị viêm gan C và ung thư thận.

Cắt đứt nguồn cung cấp dinh dưỡng cho tế bào ung thư

Sau khi hiểu rõ khả năng thúc đẩy tế bào ung thư tự tiêu biến và khả năng tăng cường hoạt động của hệ miễn dịch để tấn công loại bỏ tế bào ung thư của Fucoidan. Bây giờ chúng ta lại tiếp tục tìm hiểu thêm một sức mạnh khác của Fucoidan.

Khi tế bào ung thư tập trung lại một chỗ, lúc đó chúng bắt đầu mọc rễ để cắm sâu hơn vào các mô tế bào để hút oxy và chất dinh dưỡng để sinh trưởng và phát triển thành khối u. Nói cách khác, để có thể gia tăng về kích thước lẫn số lượng thì tế bào ung thư phải hình thành nhiều mạch máu nhỏ xung quanh chúng để hút chất dinh dưỡng. Những mạch máu đó còn được sử dụng như là đường truyền để lây lan viêm nhiễm ung thư ra diện tích rộng hơn – hiện tượng này gọi là di căn.

Nhiều nghiên cứu đã chứng minh Fucoidan có chức năng kiềm chế sự hình thành mạch máu mới để hút chất dinh dưỡng của tế bào ung thư.

Nói rõ hơn, Fucoidan sẽ tự đi tìm và phá hủy những đường truyền chất dinh dưỡng và đường truyền di căn của tế bào ung thư. Ngược lại, nếu không có Fucoidan thì tế bào ung thư sẽ tự do phân chia rồi nhân số lượng lên một cách nhanh chóng và đồng thời còn hình thành nhiều mạch máu mới để hút chất dinh dưỡng và oxy để gia tăng kích thước. Tuy nhiên, chính

Fucoidan sẽ cản trở hoạt động đó của tế bào ung thư làm chúng không thể nào hình thành mạch máu mới, gia tăng thêm về số lượng, và di căn ra các cơ quan khác.

Kết luận, Fucoidan tấn công tế bào ung thư bằng 3 chức năng tiêu biểu và hiệu quả nhất!

Tại sao khi uống Fucoidan bằng miệng sẽ hiệu quả nhất.

Mỗi khi ăn thức ăn sẽ được nghiền nát trong bao tử và các chất dinh dưỡng sẽ được hấp thụ qua ruột. Trong đó, những phân tử lớn sẽ bị phá vỡ cấu trúc bằng: Amylase (men phân giải tinh bột) - có trong Saliva (nước bọt), Pepsin (enzyme dịch vị) có sẵn trong bao tử, Peptidase (enzyme tiêu hóa), Maltase (enzyme trong nước bọt và dịch vị) và Lipase, những enzyme trên được tiết ra từ tá tràng và và nhiều tuyến dịch vị trong ruột non. Khi đã phân chia ra thành nhiều phân tử nhỏ như Dextrose (đường dextrose) và Amino Acids (Axít Amino) chúng được cơ thể chúng ta hấp thụ hoàn toàn.

Mức độ hoạt động của những enzymes tiêu hóa nói trên của mỗi người khác nhau thì sẽ hoàn toàn khác nhau. Thông thường, mỗi khi ăn cơ thể chúng ta không hoàn toàn hấp thụ hết tất cả các chất dinh dưỡng có trong thức ăn. Mức độ hấp thụ chất dinh dưỡng thường chịu ảnh hưởng bởi tình trạng đường ruột.

Những phân tử dinh dưỡng bị phá vỡ sẽ được hấp thụ bằng những Lông nhung (villu) (nhung mao) có trong ruột non. Những Lông nhung (villu) đó có cấu tạo từ những mô có nhiều khoang nhỏ gọi là biểu mô hấp thụ (absorptive epithelium). Kích thước của mỗi lỗ khoảng 1/10.000 mm. Chính vì vậy nên chuỗi polysaccharides của Fucoidan được hấp thu rất dễ dàng vào trong Lông nhung (villus).

" -D-glucan" là hoạt chất có lợi cho sức khỏe có trong nhiều loại nấm, có tên khoa học là polymeric polysaccharides. Chúng không có có khả năng phá vỡ cấu trúc phân tử dinh dưỡng lớn thành từng mảnh nhỏ nhờ vào các enzyme tiêu hóa, nên một phần lớn các chất dinh dưỡng không được hấp thu vào cơ thể. Nếu nấm Agaricus, được biết đến là loại rất hiệu quả giúp điều trị ung thư, nhưng Fucoidan hiệu quả hơn vì chúng được hấp thu dễ dàng vào cơ thể hơn.

Fucoidan khởi động miễn dịch đường ruột

Như đã giải thích ở trên, sức mạnh chủ yếu của hệ miễn dịch được hình thành bằng cách huy động toàn bộ các tế bào miễn dịch hoạt động cùng một lúc, rồi sau đó tiến hành tấn công và tiêu diệt tế bào ung thư theo cách thức hiệu quả nhất. Bên cạnh đó, một hệ miễn dịch cũng quan trong không kém trong cơ thể là "miễn dịch đường ruột" - hệ miễn dịch bổ sung cho hoạt động của các tế bào miễn dịch của hệ miễn dịch

Khi cơ thể chúng ta hấp thu chất dinh dưỡng từ thức ăn, nó luôn luôn đề phòng các vi khuẩn thực bào (Pathogenic bacteria), vi khuẩn hoại sinh (Saprophytic bacteria) và những hoạt chất có hại lẫn trong thức ăn đi vào cơ thể. Đầu tiên, nước bọt (Saliva) sẽ tiêu diệt những vi khuẩn gây hại trước tiên bằng cách tiết ra chất khử trùng và dịch vị có nhiều acid. Những vi khuẩn nào còn sống sót sau khi "đối mặt" với Saliva, thì phải "chiến đấu" hai hoặc ba vòng dày đặc các tế bào "phòng thủ" ở trong ruột.

Những tế bào đó, có tên gọi là tế bào miễn dịch ruột. Hệ miễn dịch ruột bao gồm: "Peyer's Patches" (màng nhầy dịch vị đặc trưng của ruột) và "T-cells" - nằm trong tế bào biểu mô của ruột non đan xen vào nhau.

Bề mặt của ruột non là một dãy thẳng dài có chứa khoảng 30 triệu Lông nhung (villu). Trong đó, phần đỉnh của lông nhung (villus) là một lớp tế bào mỏng có tên gọi là Epithelium (biểu mô), đó là nơi tồn tại của absorptive epithelium (biểu mô hấp thụ) - bộ phận hút chất dinh dưỡng và chất endocrine (chất nội tiết) để sản sinh ra hormones. Phần gốc của ông nhung (villus) thì gắn liền với bề mặt màng nhầy, ở bên dưới cùng là màng nhầy dịch vị đặc trưng của ruột và cuối cùng là hạch bạch cầu lymph nodes đặc trưng của ruột nằm xen kẻ trong những lông nhung (villu). Cấu trúc trên có tên là Peyer's patches, cấu trúc đóng vai trò quan trọng trong hệ miễn dịch đường ruột.

Tế bào miễn dịch ruột tiêu biểu như T-cells hình thành trong tủy sống và được đưa đến tuyến ức (Thynus Glands) ở nơi đó chúng sẽ được phân chia ra thành nhiều loại khác nhau.

"Hệ miễn dịch ruột" đóng một vai trò quan trọng trong hệ miễn dịch của cơ thể

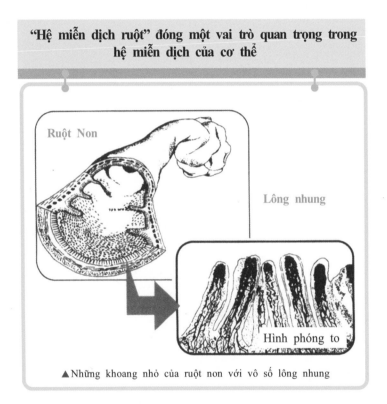

Ruột Non

Lông nhung

Hình phóng to

▲ Những khoang nhỏ của ruột non với vô số lông nhung

Có thể nói, tuyến ức là cơ quan trung ương của cơ chế miễn dịch cơ thể. Mặc khác, khi con người khoảng 40 tuổi thì kích thước của tuyến ức sẽ teo lại và giảm dần chức năng, điều đó không những ảnh hưởng đến hoạt động của hệ miễn dịch ruột mà còn liên quan đến hoạt động của hệ miễn dịch trong cơ

Fucoidan hợp chất tự nhiên chống ung thư : Cơ chế tự tiêu hủy của các tế bào ung thư thể. Do đó, đối với những vị tuổi trung niên cần phải chú ý quan tâm đến hệ miễn dịch ruột hơn là miễn dịch của cơ thể.

Có thể nói, Fucoidan sẽ kích thích hoạt động của miễn dịch đường ruột để tăng cường hoạt động sản sinh và hoạt hóa của đại thực bào và tế bào bạch huyết lymphocytes. Ngoài ra, Fucoidan còn khởi động toàn bộ hệ thống miễn dịch trong cơ thể và gián tiếp giúp tiêu diệt tế bào ung thư. Đó cũng được xem là một trong những chức năng hiệu quả giúp loại bỏ tế bào ung thư của Fucoidan.

Mặc khác, Fucoidan sau khi được uống trực tiếp bằng miệng sẽ được hấp thu trực tiếp qua biểu mô hấp thụ của lông nhung (villus), rồi theo đường máu đến các ổ viêm nhiễm do ung thư gây ra. Ở đó, Fucoidan sẽ áp đặt hiện tượng Apoptosis lên tế bào ung thư cùng lúc đó ngăn chặn nguồn cung cấp dinh dưỡng cho tế bào ung thư. Đó chính là cách mà Fucoidan áp dụng để tấn công tế bào ung thư.

Phương pháp điều trị ung thư hiện nay

Trong những năm qua, ở Nhật có khoảng 300.000 ca tử vong do ung thư, với tỉ lệ 1/3 (có nghĩa là trong 3 người Nhật sẽ có một người tử vong do ung thư). Ngoài ra, sau bùng nổ chiến tranh thế giới thứ II, số lượng người Nhật mắc bệnh ung thư ngày càng gia tăng và đó là nguyên nhân chính gây ra vô số ca tử vong từ khoảng năm 1981. Tuy nhiên, thật thú vị khi nhận ra rằng số lượng người Nhật bị các chứng bệnh ung thư khác nhau cũng đang có sự thay đổi trong khoảng thời gian gần đây nhất.

Ví dụ cụ thể như số lượng người mắc bệnh ung thư dạ dầy (Stomach cancer) – loại ung thư phổ biến nhất đối với nam và nữ cũng đã giảm đi rất nhiều mỗi năm. Thay vào đó, con số người bị ung thư ruột già, phổi, và gan thì lại tăng cao. Đồng thời, tỉ lệ phụ nữ bị ung thư vú cũng tăng vọt nhanh chóng. Hơn thế nữa, vào những năm đầu thập niên 90, ung thư phổi và ung thư cuống phổi cũng đã trở nên rất phổ biến ở cả hai giới nam và nữ. Trong đó, tỉ lệ phụ nữ bị ung thư ruột già, ung thư phổi và ung thư cuốn phổi thì tương được với ung thư dạ dầy.

Nguyên nhân của những thay đổi đó là do sự du nhập của hệ thống thức ăn nhanh từ phương Tây, loại thức ăn có nhiều chất béo nhưng ít chất xơ. Và cũng nên kể đến sự gia tăng số lượng người hút thuốc nơi công cộng. Mặt khác, nếu kết quả khảo sát cho thấy số người mắc bệnh ung thư giảm thì không thể không kể đến những phát minh về khoa học kỹ thuật mới và hiện đại trong việc phát hiện và điều trị ung thư.

Những phương pháp trị liệu phổ biến và được cho là hiệu quả nhất hiện nay là: giải phẫu, hóa trị (chemotherapy), và cuối cùng là xạ trị (radiotherapy). Mặc dù, đã áp dụng tất cả các phương pháp điều trị mới nhất cùng với những máy móc khoa học kỹ thuật hiện đại nhất nhưng tỉ lệ bệnh nhân được phục hồi hoàn toàn (nói cách khác, phần trăm số ca ung thư sau khi chữa lành không bị tái phát trong 5 năm) chỉ vọn vẹn ở con số là 50-60%.

Tuy nhiên, con số đó chỉ đúng với những ca ung thư được phát hiện ở giai đoạn đầu, còn đối với những loại ung thư khó phát hiện thì khả năng thành công còn rất thấp. Mặc khác, các phương pháp điều trị ung thư gây đau đớn cho bệnh nhân không những về thể xác lẫn tinh thần mà còn kéo dài trong một thời gian dài.

Như vậy, câu hỏi đặt ra ở đây như sau: Một bệnh nhân ung thư sẽ lựa chọn phương pháp điều trị như thế nào?

Hiện nay, nhiều bệnh viện ở Nhật đã cho phép bệnh nhân ung thư được quyền lựa chọn phương pháp điều trị mà họ mong muốn. Trong nhiều trường hợp thì, giải phẫu cắt bỏ khối u ung thư là lựa chọn đầu tiên, tiếp theo là phẫu thuật bằng nội soi, rồi hóa trị, và cuối cùng là xạ trị.

Tuy nhiên, hầu như tất cả các bệnh nhân ung thư thường rất mù quáng tin vào lời của bác sĩ điều trị, những người đóng một vai trò rất quan trọng trong suốt quá trình điều trị. Trong khi người phải đối mặt với "trận chiến" chống lại ung thư là chính bệnh nhân.

"Liệu pháp Thay thế" mở cánh cửa tiên phong trong điều trị ung thư.

"Liệu pháp Thay thế" được dùng để thay thế việc sử dụng thuốc tây Y. Bản chất của phương pháp này tương tự như phương pháp điều trị Đông y, ví dụ như dược thảo Trung Hoa, dược thảo Ấn Độ Ayurveda, và những phương pháp gia truyền khác có thể chữa bệnh như: chữa bệnh bằng tâm lý, ăn thức ăn dinh dưỡng, thức ăn có tác dụng chữa bệnh hay uống các loại dược thảo bổ sung dinh dưỡng. Mặc khác, phương pháp trị liệu "Liệu pháp Thay thế" cũng đã được chấp nhận sử dụng trong một số bệnh viện, còn đối với một số bệnh viện khác đó là điều cấm kỵ.

"Liệu pháp Thay thế" cũng đã được cho ra mắt ở Hoa Kỳ - nước đi đầu trong lĩnh vực y học và điều trị, và đã tạo được ấn tượng tốt đối với các khoa học gia. Theo trung tâm nghiên cứu ung thư Fred Hutchison thuộc đại học Hoa Thịnh Đốn thì " có khoảng 80% bệnh nhân ung thư sử dụng Liệu pháp Thay thế để điều trị ung thư"

Ở Hoa Kỳ, một phần bảo hiểm y tế đã được dùng để chi trả cho Liệu pháp Thay thế, phần lớn các bệnh nhân ung thư trung bình chi trả khoảng $60 USD mỗi tháng cho các phương pháp trị liệu Liệu pháp Thay thế.

Theo kết quả khảo sát của Bộ y tế, lao động và phúc lợi xã hội đối với 127 trung tâm và bệnh viện điều trị ung thư toàn quốc thì chỉ có khoảng 44.5% bệnh nhân đã và đang áp dụng phương pháp điều trị ung thư trong bệnh viện, còn lại 61.8% là sử dụng Liệu pháp Thay thế như là phương pháp trị liệu.

Mặc dù chưa phổ biến lắm ở Hoa Kỳ, nhưng Liệu pháp Thay thế đã đem hy vọng đến cho rất nhiều bệnh nhân ung thư ở Nhật Bản, khi họ biết thuốc tây y không còn mang đến hiệu quả chữa trị nữa. Loại Liệu pháp Thay thế phổ biến nhất hiện nay là thực phẩm bổ sung dinh dưỡng và được khoảng 89.6% bệnh nhân đã sử dụng, trong đó có 40% bệnh nhân cho biết tình trạng của họ đã có những tiến triển tốt sau khi sử dụng. Những thực phẩm bổ sung tiêu biểu như: Agaricus, Propolis (keo ong), AHCC (một loại hợp chất được chiết xuất từ nhiều loại nấm khác nhau) và vi sụn cá mập.

Bản chất của Liệu pháp Thay thế là những thảo mộc, khoáng chất, protein và vitamin rất có ích cho sức khỏe con người. Trong vô số những loại Liệu pháp Thay thế trên thị trường, thì dược thảo Fucoidan là lựa chọn đúng đắn và phù hợp nhất vì có rất nhiều nghiên cứu và thử nghiệm chứng minh rằng chúng thật sự rất hiệu quả trong việc bảo vệ sức khỏe của con người.

Khoảng hơn 5,000 bệnh nhân được hưởng lợi từ Fucoidan

Hiroiku Ueno
(chủ tịch bệnh viện
chuyên khoa Asahi)

Bác sĩ Hiroiku Ueno - chủ tịch hội đồng quản trị bệnh viện chuyên khoa Asahi Iou kiêm chủ tịch hiệp hội dinh dưỡng và Liệu pháp Thay thế Nhật Bản, không những là người hằng ngày phải điều trị cho rất nhiều bệnh nhân ung thư, mà còn luôn luôn đi đầu trong những nghiên cứu phương pháp trị liệu ung thư trong suốt hơn 40 năm cho biết, mặc dù ngày nay nhờ khoa học kỹ thuật tiên tiến những máy móc chẩn đoán ung thư đã được cải tiến rất nhiều nhưng tiếc thay phương pháp điều trị thì chưa có những bước tiến mới.

Ông cho biết thêm: "Chúng tôi gặp rất nhiều khó khăn khi điều trị ung thư bằng các thuốc tây y như hiện nay vì tác dụng phụ rất có hại của chúng lên cơ thể bệnh nhân ung thư. Chúng không những tàn phá sức khỏe của bệnh nhân mà còn rút ngắn tuổi thọ của họ"

Bác sĩ Ueno khẳng định: "tỉ lệ thành công của các phương pháp trị liệu ung thư bằng thuốc Tây y tính cho đến nay có thể nói hầu như là con số 0"

219

Không ngừng ở đó, ông nói tiếp: "Theo kết quả nghiên cứu khoa học thì tất cả các thuốc trị liệu ung thư đều có tác dụng phụ có hại cho sức khỏe.

Do đó, sau khi nghiên cứu và thử nghiệm rất nhiều loại dược thảo bổ sung dinh dưỡng, tôi đặc biệt khuyến khích bệnh nhân của mình sử dụng những loại dược thảo đó vì tôi tin rằng chúng có khả năng giúp chữa trị ung thư mà không hề gây ra tác dụng phụ. Tuy nhiên, với một lượng lớn các mặt hàng dược thảo khác nhau trên thế giới ngày nay thì loại nào cho hiệu quả giúp chữa trị ung thư tốt nhất. Ví dụ điển hình là nấm Agaricus và Propolis (keo ong) được chứng minh là hai loại sản phẩm rất hữu hiệu trong điều trị ung thư. Tuy nhiên, đối với người Nhật họ rất muốn tận dụng những thứ nguyên liệu có sẵn gần nơi họ cư ngụ. Vì lí do đó, 5 năm trước tôi đã bắt đầu nghiên cứu Fucoidan, sau một loạt những sai sót và thất bại, cuối cùng tôi cũng đã thành công trong việc phát hiện ra 2 loại rong biển phổ biến trong bữa ăn hằng ngày của người Nhật là Mozuku và Mekabu có chứa rất nhiều Fucoidan."

Kể từ đó bác sĩ Ueno giới thiệu Fucoidan cho khoảng 90% bệnh nhân đến chữa trị tại bệnh viện chuyên khoa.

Bác sĩ Ueno còn nói: ' Hơn 5,000 bệnh nhân ung thư đã và đang sử dụng Fucoidan. Trong đó những bệnh nhân ung thư giai đoạn đầu được khuyến khích uống Fucoidan liên tục trong vòng ít nhất 3 tháng, còn những bệnh nhân bị ung thư tái phát được khuyên sử dụng Fucoidan trong vòng 6 tháng nhằm mục đích tối ưu hóa tác dụng giúp chữa trị ung thư của Fucoidan. Bên cạnh đó, ý chí sống còn của bệnh nhân ung thư cũng là nhân tố quan trọng giúp cho việc chữa trị hiệu quả hơn."

Theo báo sĩ Ueno, tác dụng phụ duy nhất của Fucoidan là hiện tượng đi đại tiện lỏng trong lần đầu sử dụng, sau đó thì tình trạng đó từ từ được cải thiện và biến mất một khi cơ thể đã quen dần.

Bác sĩ Ueno : "Chúng tôi cho liều dùng tùy theo tình trạng của bệnh nhân tuy nhiên chúng tôi cũng có thể tăng liều dùng nếu cần thiết. Ví dụ điển hình như sau: một bệnh nhân có thể uống từ 5-6g Fucoidan một ngày để có hiệu quả nhanh chóng sau khi đã uống 3g mà không thấy có tác dụng. Nhìn chung, sau khi đã nghiên cứu rất nhiều loại dược thảo, tôi nhận thấy Fucoidan là loại hiệu quả nhất từ trước đến nay, bên cạnh đó tôi cũng khuyến khích quý vị nên dùng thử Fucoidan"

Tóm lại, bác sĩ Ueno tin rằng Fucoidan có 3 chức năng mạnh nhất giúp điều trị ung thư (như đã nói ở những trang trước)

(1) Thúc đẩy tế bào ung thư tự chết theo chương trình

(2) Tăng cường hoạt động của hệ miễn dịch

(3) Ngăn chặn sự hình thành mạch máu

Sau đây xin mời quý vị tham khảo những lời nhận xét có thật từ những bệnh nhân đến chữa trị tại bệnh viện chuyên khoa Asahi

Ung thư dạ dày giai đoạn cuối (Bệnh nhân nữ, 52 tuổi)

"Bệnh nhân có một vùng tổn thương do ung thư gây ra trong bao tử và tá tràng to khoảng 4 inches. Bà ấy đến tìm chúng tôi sau khi các bệnh viện khác đã bó tay và ung thư của bà ấy là ung thư dạ dầy giai đoạn cuối"

"Chúng tôi đã đề nghị bà ấy uống Fucoidan và một vài loại thuốc đông y Trung Hoa. Tôi nghĩ ý chí muốn sống của bà ấy cũng đóng góp một phần quan trọng trong sự phục hồi kỳ diệu này. Trong vòng một tháng, kích thước của khối u ung thư đã giảm đi hơn phân nửa so với ban đầu. Từ đó, bà ấy đã có thể sinh hoạt trở lại bình thường và trở lại làm việc như lúc trước. Chúng tôi hy vọng ung thư của bà ấy sẽ vĩnh viễn biến đi"

Ung thư phổi giai đoạn cuối, bệnh nhân nam 61 tuổi

"Bệnh nhân này được giới thiệu đến chúng tôi từ bệnh viện chuyên khoa ung thư sau khi đã chẩn đoán chỉ còn khoảng một tháng để sống sót. Ngoài ra, họ gọi ung thư của ông ấy là "hospice" thuật ngữ được dùng để ám chỉ ung thư giai đoạn cuối."

"Khi chúng tôi nhìn thấy ông ấy, mặt ông ấy đen sạm và không còn sức sống vì tình trạng của ông đã quá nguy kịch. Sau khi ông ấy bắt đầu uống Fucoidan được khoảng 2 tháng thì kết quả chụp X-quang cho thấy ung thư đã biến mất. Rồi ông ấy được cho xuất viện và sống cuộc sống khỏe mạnh như bình thường"

Q&A

Những câu hỏi thường gặp
về Fucoidan

Câu hỏi 1: Fucoidan là gì?

Trả lời câu hỏi 1: Fucoidan là một chất siêu nhờn có trong Mozuku, Wakame Mekabu, và nhiều loại rong biển khác, và chúng là loại chuỗi phân tử xơ thực phẩm. Nói theo hóa học thì Fucoidan là chuỗi phân tử polysaccharides, thuộc nhóm đường, và dồi dào sulfate fucose. Okinawa Mozuku, nguồn cung cấp Fucoidan dồi dào, chứa hợp chất trị bệnh tự nhiên nhiều hơn Kombu.

Câu hỏi 2: Fucoidan có những chức năng chính gì?

Trả lời câu hỏi 2: Nhiều nghiên cứu lâm sàng đã chứng minh Fucoidan có rất nhiều chức năng khác nhau như sau:

- Ngăn chặn hoạt động của ung thư và khối u
- Tăng cường sự miễn dịch
- Chống dị ứng
- Kháng huyết khối
- Giảm hàm lượng cholesterol
- Ngăn ngừa tăng huyết áp
- Ngăn ngừa tăng lượng đường trong máu
- Phòng ngừa vi khuẩn Pylori hoạt động
- Chống virus hoạt động
- Ngăn chặn hoạt động lây lan của vi khuẩn gây đau đớn thượng vị
- Ngăn ngừa quá trình lão hóa
- Cải thiện chức năng gan.
- Giúp mọc tóc
- Giữ ẩm cho da
- Chống HIV hoạt động

Những chức năng chính vừa nêu trên được rút ra từ nhiều kết quả nghiên cứu lâm sàng khác nhau, Fucoidan được trông đợi sẽ có tác dụng chữa trị "bệnh của người trưởng thành" như: ung thư, cao huyết áp, bệnh gan, tiểu đường,và tăng mỡ trong máu, cũng như táo bón, cảm mạo, và chàm bội nhiễm (Atopic Eczema)

Câu hỏi 3: Tại sao Fucoidan rất hiệu quả trong chữa trị ung thư?

Trả lời câu hỏi 3: Như đã giải thích từ những trang trước, Fucoidan đẩy mạnh hiện tượng apoptosis lên tế bào ung thư. Trong đó, Apoptosis là chương trình tế bào tự tiêu diệt được cài đặt sẵn. Cũng như khi nòng nọc đã trưởng thành, sẽ tự đứt đuôi để biến dạng thành ếch rất nhiều tế bào chết đi thông qua Apoptosis và được thay thế bằng nhiều tế bào mới.

Nếu DNA của một tế bào bị phá hủy bởi chất sinh ung thư hoặc hoạt chất oxy hóa thì tế bào đó sẽ phân chia ngẫu nhiên và bị tàn phá, nhưng sẽ không chết ở tuổi thọ định sẵn của nó. Có thể xem, tế bào sống sót này là tế bào ung thư. Và Fucoidan hiển thị khả năng gây ra apoptosis trong tế bào ung thư.

Fucoidan kích hoạt Natural Killer Cells (tế bào tiêu diệt tự nhiên), tế bào đóng vai trò trung tâm của hệ miễn dịch trong cơ thể. Bên cạnh đó, Fucoidan cũng kích hoạt Macrophages (đại thực bào) và Killer T-cells (tế bào T tiêu diệt) đều là những tế bào miễn dịch có khả năng tấn công loại bỏ các tế bào ung thư.

Hơn nữa, Fucoidan còn ngăn chặn sự hình thành mạch máu mới cung cấp chất dinh dưỡng nuôi sống tế bào ung thư. 3 chức năng vừa nêu trên là nguyên nhân chính của khả năng diệt trừ bệnh ung thư của Fucoidan.

Trong số những khả năng đó, khả năng thúc đẩy tế bào ung thư theo apoptosis là tính năng quan trọng nhất của Fucoidan. Do đó, Fucoidan đã thu hút sự chú ý của các giáo sư y khoa những người tiên phong đi đầu trong lĩnh vực nghiên cứu và chữa trị ung thư.

Câu hỏi 4: Tôi không thích rong biển. Vậy Fucoidan có thích hợp cho tôi không?

Trả lời câu hỏi 4: Có rất nhiều người không thích rong biển vì sự trơn nhớt của chúng.

Tuy nhiên, hầu hết sản phẩm Fucoidan có dạng viên nên những ai không thích rong biển cũng có thể uống dễ dàng.

Câu hỏi 5: Fucoidan có gây ra tác dụng phụ không?

Trả lời câu hỏi 5: Fucoidan được chiết xuất từ Mozuku và lá bào tử tảo nâu nước lạnh Mekabu. Chúng hoàn toàn tự nhiên, do đó không gây ra tác dụng phụ. Không giống như các loại thuốc nhân tạo khác, Fucoidan không sinh tác dụng phụ thậm chí khi uống với liều lớn.

Câu hỏi 6: Tôi có thể sử dụng Fucoidan với các thuốc khác không?

Trả lời câu hỏi 6: Fucoidan chỉ là một hợp chất từ Mozuku và lá bào tử tảo nâu nước lạnh Mekabu.

Do đó, Fucoidan không gây nguy hiểm khi sử dụng chung với các loại loại thuốc trị liệu ung thư hoặc thuốc bổ gan. Tuy nhiên, nếu bạn đang uống thuốc kê toa từ bệnh viện và không biết rõ ràng thì hãy tham khảo ý kiến bác sĩ trước khi sử dụng.

Được biết, thuốc điều trị ung thư thường gây tác dụng phụ. Ngược lại, Fucoidan cũng được báo cáo là có khả năng đè bẹp tác dụng phụ của thuốc trị liệu ung thư.

Câu hỏi 7: Có phải Fucoidan chỉ duy nhất dành cho người bệnh?

Trả lời câu hỏi 7: Không. Tuy có rất nhiều báo cáo cho rằng Fucoidan đã cải thiện bệnh trạng của bệnh nhân ung thư và những bệnh nhân đang đau đớn do bệnh gan···nhưng người bình thường cũng có sử dụng lợi ích từ Fucoidan. Sử dụng Fucoidan, trong lúc khỏe mạnh sẽ giúp ngăn ngừa ung thư và các chứng bệnh của người trưởng thành.

Câu hỏi 8: Tôi phải uống bao nhiêu Fucoidan trong một ngày?

Trả lời câu hỏi 8: Vì Fucoidan là thực phẩm dinh dưỡng nên liều dùng tùy vào tình trạng của mỗi người. Nếu bạn uống Fucoidan để chống ung thư và bảo vệ sức khỏe thì một ngày 2 lần, mỗi lần 1 viên là hiệu quả nhất. Những bệnh nhân đang đau bệnh trầm trọng thì uống từ 6-12 viên mỗi ngày. Một khi nhận thấy bệnh trạng không tiến triển tốt thì có thể tăng liều dùng. Lưu ý, Fucoidan không phải là thuốc, nên không gây ra tác dụng phụ. Bạn có thể uống nhiều viên trong một ngày mà không cần phải lo lắng về tác hại của chúng.

Thời gian thay đổi nhanh chóng

Điều trị ung thư là lĩnh vực mà chúng ta tiếp tục được trải nghiệm làn sóng của những ý tưởng mới. Ví dụ như loại thuốc điều trị ung thư mới được biết đến là "Molecular Target Drugs" (thuốc trị liệu chủ yếu tác động vào cấu trúc phân tử của tế bào ung thư) đã thu hút được chú ý của các nhà khoa học như là "một phương pháp trị liệu mới chỉ có ở trong mơ". Mặc khác, tế bào ung thư sẽ liên tục nhân lên và tiêu diệt hết các tế bào khỏe mạnh trong cơ thể. Cấu trúc của thuốc điều trị ung thư được thiết kế để có thể tấn công các tế bào ung thư bằng cách ngăn chặn sự phát triển không bình thường của chúng.

Tuy nhiên, loại thuốc này cũng ngăn chặn luôn sự sinh trưởng của các tế bào bình thường. Thuốc chống ung thư ảnh hưởng tới các tế bào bình thường luôn tự sản sinh tương đối nhanh chóng,ví dụ như các tế bào có trong màng nhầy của bao tử và ruột, trong tủy xương và chân tóc, đó là nguyên nhân gây ra hiệu ứng phụ như "nôn mửa", "đau bao tử", "táo bón và tiêu chảy", "rụng tóc" và "giảm lượng tế bào bạch cầu"

Theo những nghiên cứu về tế bào ung thư ở cấp độ phân tử

thì thuốc tác động vào cấu trúc phân tử thực sự chỉ nhắm vào cấu trúc phân tử của tế bào ung thư. Các thuốc tác động vào cấu trúc phân tử mới nhất được biết đến hiện nay là Herceptin - thường được dùng điều trị ung thư vú và Iressa - tốt cho điều trị ung thư phổi.

Trước khi ra mắt công chúng lần đầu, thì hai loại thuốc này được tuyên bố rằng có ảnh hưởng rất ít lên tế bào bình thường do đó khả năng gây tác dụng phụ rất hạn chế.

Tuy nhiên, trong thực tế thì "loại thuốc mới chỉ có ở trong mơ" được đón nhận như thế nào ở các cơ sở y tế?

Loại thuốc này dường như không có nhiều hiệu quả . Đặc biệt là thuốc Iressa, Bộ Y tế, Lao động và Phúc lợi Nhật Bản đã công bố 13 ca tử vong do tác dụng phụ của thuốc. Bên cạnh đó, công ty dược phẩm AstraZenexa - nhà sản xuất Iressa, cũng đã công bố báo cáo lâm sàng mới chứng tỏ "không có sự khác biệt đáng kể nào về tỷ lệ sống sót nếu so với các loại thuốc điều trị ung thư truyền thống". Thuốc trị liệu ung thư chỉ có ở trong mơ chỉ đơn giản là chưa được như mong đợi.

Thuốc tác động lên cấu trúc phân tử là một ví dụ khả quan minh chứng hạn chế mang tính tương đối của thuốc Tây y . Ngược lại, "dược phẩm thay thế" đã tranh chóng trở nên phổ biến trong những năm gần đây.Mặc dù vậy, chỉ một số khoa học gia và các chuyên viên y khoa vẫn đang nghiêm túc nghiên cứu về dược phẩm thay thế trong lĩnh vực điều trị ung thư .

Dược phẩm thay thế là phương pháp trị liệu ngoài thuốc Tây y, tiêu biểu như là thảo mộc, chikon, châm cứu, động y, thực phẩm bổ dưỡng hay thực phẩm chức năng. Đặc biệt, một số loại thực phẩm bổ dưỡng và thực phẩm chức năng đang được nghiên cứu chuyên sâu và được chứng minh là có hiệu quả khi được sử dụng thay thế thuốc Tây y.

Các chất chống ung thư tự nhiên bao gồm nấm ví dụ như agaricus và meshimakobu, keo ong (propolis) và nghệ (turmeric)···Đặc biệt hơn cả là Fucoidan, chất chiết xuất từ tinh chất nhờn của Mozuku và Mekabu, rất được ưa thích.

Sách này đã giới thiệu với quý vị hơn 30 câu chuyện có thật từ những bệnh nhân ung thư đã chống chọi và chiến thắng căn bệnh ung thư nhờ vào sự trợ giúp của Fucoidan. Chúng tôi đã phỏng vấn họ qua điện thoại hoặc gặp gỡ trực tiếp, và nhận thấy đối với họ thì Fucoidan là chắc chắn là loại "thực phẩm chức năng chỉ có ở trong mơ".

Hầu hết các bệnh nhân ung thư trong sách này nói, họ rất vui mừng vì họ đã không bỏ cuộc thậm chí ngay cả trong nhiều trường hợp bác sĩ nói họ cũng không thể điều trị hiệu quả. Câu chuyện của họ là lời nhắn nhủ rằng "nuôi dưỡng niềm hi vọng" chính là vũ khí mạnh mẽ nhất để có thể chiến đấu và đánh bại căn bệnh ung thư. Tuy nhiên, khi tiến hành nghiên cứu về lợi ích của fucoidan, chúng tôi càng ngày càng quan ngại về thực trạng trị liệu ung thư ở Nhật bản.

Nói cách khác, nhiều bác sĩ và bệnh viện điều trị cho bệnh nhân mà không hề có một chút y đức khi đã quên mất mục đích chính của thuốc là "Trợ giúp những người đang mắc bệnh". Thật đau lòng khi nhận thấy rằng sau tất cả thì ý chí mạnh mẽ của bệnh nhân ung thư mới là nhân tố quan trọng trong cuộc chiến chống ung thư, chứ không phải bác sĩ hay bệnh viện.

Quý vị đã hiểu tại sao Fucoidan rất hiệu quả trong việc điều trị ung thư với ba chức năng chính bao gồm: làm cho tế bào ung thư tự hủy diệt, tăng cường hệ miễn dịch, và ngăn ngừa sự hình thành mạch máu mới.

Nhưng quan trọng hơn cả thì Fucoidan là một chất tự nhiên không hề gây ra tác dụng phụ như những loại thuốc điều trị ung thư khác.

Được ban phúc bởi Mẹ Biển Cả - nơi nuôi dưỡng vô số những thực thể sống, Fucoidan còn nhận được rất nhiều lời khen ngợi của rất nhiều nhà nghiên cứu y khoa, các nhà khoa học, và chuyên viên y tế. Tất cả những bệnh nhân trong sách đều cảm thấy họ rất may mắn khi được biết đến Fucoidan và đã dũng cảm giao cả mạng sống của họ cho Fucoidan.

Ngoài kia có lẽ còn có rất nhiều người đang từng ngày chống chọi với ung thư. Có lẽ, một trong những người thân trong gia đình hay người quen biết của quý vị cũng đang chiến đấu với căn bệnh ung thư. Thay vì chỉ giới hạn khả năng điều trị ung thư trong những loại thuốc Tây y và mù quáng nghe theo lời khuyên của bác sĩ hay bệnh viện thì chúng tôi tin rằng bản thân người bệnh nên chủ động tham gia vào quá trình lựa chọn phương pháp trị liệu tối ưu nhất.

Cuối cùng, chúng tôi muốn gửi lời cám ơn sâu sắc đến những bệnh nhân đã cung cấp cho chúng tôi những lời nhận xét quý báo về Fucoidan. Họ cùng với những người khác đã có những giúp đỡ vô giá trong suốt thời gian thực hiện quyển sách này. Khi thu thập tài liệu cho tập sách này, chúng tôi hiểu rõ thêm ý nghĩa của cuộc sống, sự quan trọng của mối quan hệ gia đình và nhiều yếu tố khác (ví dụ như sự động viên từ bạn bè và người quen) có ảnh hưởng quan trọng đến cuộc sống của một con người, đặc biệt là cuộc sống của những ai đang phải chiến đấu với căn bệnh ung thư.

Chúng tôi thật sự hy vọng cuốn sách này sẽ khích lệ những ai đang chiến đấu với căn bệnh ung thư và họ sẽ vượt qua được căn bệnh nan y chết người này để trở lại với công việc và gia đình sớm nhất có thể.

Tổng Biên tập, Ban Biên tập "Fucoidan"

Tài liệu tham khảo:

Fucoidan de Gan Saibo ga Kieta! (Fucoidan loại bỏ tế bào ung thư)
Tác giả: Hiroyuki Abe (Fukumori Shuppan)

Kaiso Power no Himitsu (Sức mạnh thần bí của rong biển)
Tác giả: Hiromi Kita (giám đốc biên tập) (Nhà xuất bản Seishun)

Gan Saibo wo Jimetsusaseru Kombu no Fucoidan (Fucoidan chiết xuất từ Kombu là nguyên nhân thúc đẩy tế bào ung thư tự tiêu biến)
Tác giả: Hiromi Kita (Heart Shuppan)

Makki Gan mo Naosu Kogan Shokuhin Saiko no Kumiawasekata (Sự kết hợp tuyệt vời của nhiều dược thảo có khả năng giúp điều trị ung thư thậm chí là ung thư thời kỳ cuối)
Tác giả: Hiromi Kita (Nhà xuất bản Metamor)

Ishi ga Kakushinshita Gan wo Odorokuhodo Naosu Muttsu no Kogan Shokuhin (Sáu loại dược thảo có hiệu quả thần kỳ giúp điều trị ung thư thậm chí Bác sĩ cũng bị chinh phục)
Tác giả:Myosei Shimizu (Nhà xuất bản Metamor)

Sức Mạnh Kỳ Diệu Của

Fucoidan

Giúp bạn chiến thắng bệnh ung thư

Editor: Tiến sĩ Daisuke Tachikawa

Cover Design: Eun jung Hong

Publisher: Segyeromedia

Address: 505 Yongho B/D, Sung-in dong 191, Jongro-gu, Seoul, Korea

Tel: (02)763-2159

Fax: (02)764-7753

Price: $5USD

ISBN 978-89-90530-32-5(13510)